பழந்தமிழ் இலக்கியத்தில் விளிம்புநிலையினர்

ந.முருகேசபாண்டியன்

நியூ செஞ்சுரி புக் ஹவுஸ் (பி) லிட்.,
41-பி, சிட்கோ இண்டஸ்டிரியல் எஸ்டேட்,
அம்பத்தூர், சென்னை - 600 050.
☎: 044 - 26251968, 26258410, 48601884

Language : Tamil

Pazhanthamizh Ilakkiyathil Vilimbunilaiyiner

Author: **N.Murugesapandian**
First Edition : March, 2022
Copyright: Author
No.of Pages: 92
Publisher :
New Century Book House Pvt. Ltd.,
41-B, SIDCO Industrial Estate,
Ambattur, Chennai - 600 050.
Tamilnadu State, India.
Email: info@ncbh.in
Online: www.ncbhpublisher.in

ISBN : 978 - 81 - 2344 - 242 - 6
Code No. A 4595
₹ 100/-

Branches

Ambattur (H.O.) 044 - 26359906 **Spenzer Plaza (Chennai)** 044-28490027
Trichy 0431-2700885 **Pudukkottai** 04322- 227773 **Thanjavur** 04362-231371
Tirunelveli 0462-4210990, 2323990 **Madurai** 0452 2344106, 4374106
Dindigul 0451-2432172 **Coimbatore** 0422-2380554 **Erode** 0424-2256667
Salem 0427-2450817 **Hosur** 04344-245726 **Krishnagiri** 04343-234387
Ooty 0423 - 2441743 **Vellore** 0416-2234495 **Villupuram** 04146-227800
Pondicherry 0413-2280101 **Nagercoil** 04652 - 234990

பழந்தமிழ் இலக்கியத்தில் விளிம்புநிலையினர்
ஆசிரியர்: ந.முருகேசபாண்டியன்
முதல் பதிப்பு: மார்ச், 2022

அச்சிட்டோர்: **பாவை பிரிண்டர்ஸ் (பி) லிட்.,**
16 (142), ஜானி ஜான் கான் சாலை, இராயப்பேட்டை, சென்னை - 14
☎: 044-28482441

All rights reserved. No part of this book may be reprinted or reproduced or utilised in any form or by any electronic, mechanical, or other means, now known or hereafter invented, including photocopying and recording, or in any information storage or retrieval system, without permission in writing from the publishers.

சமர்ப்பணம்

பேராசிரியர்கள்
முனைவர் முத்துச்சண்முகம் பிள்ளை
முனைவர் வ.அய்.சுப்ரமணியம்
முனைவர் வ.சுப.மாணிக்கம்

என்னுரை

எழுபதுகளின் இறுதியில் மதுரை காமராசர் பல்கலைக்கழகத் தமிழ்த்துறையில் மாணவனாகப் பயின்றபோது, ஒப்பீட்டளவில் எனக்குப் பழந்தமிழ் இலக்கியத்தின்மீது ஈடுபாடு குறைவு. சங்க இலக்கியம், சிலப்பதிகாரம் என உற்சாகத்துடன் வாசித்தபோதிலும், பொதுவாக இடைக்கால இலக்கியம் குறித்துப் பெரிதும் அக்கறை இல்லை. சமயம் சார்ந்த பக்தி ததும்பிய இடைக்காலப் படைப்புகள் மீது ஒருவிதமான ஒவ்வாமை இருந்தது. கவித்துவச் செழுமைமிக்க ஆளுமையான கம்பனின் பாடல்களையும் கருத்தியல் அடிப்படையில் எதிர்மறையாக விமர்சிக்கும் பகுத்தறிவு நோக்கு, பதின்பருவம் முதலாக எனக்குள் ஆளுகை செலுத்தியிருந்தது. வெறுமனே பக்திப் பரவசத்துடன் பாடப்பெற்ற பாடல்கள், வைதிக சமயத்தின் சநாதன தருமத்திற்குச் சார்பான அடிமை உடல்களைத் தயாரிக்கும் பணியை நுட்பமாகச் செய்கின்றன என்று நம்பினேன். விமர்சகர் கோ.கேசவனின் 'பள்ளு இலக்கியம்' நூலானது, இடைக்கால இலக்கியப் பாடல்களில் பொதிந்துள்ள நுண்ணரசியலைக் கட்டுடைத்துத் தமிழர் வாழ்வியல் போக்குகளை வரலாற்று அடிப்படையில் கண்டறிய உதவியது. அதன் பின்னர், பழந்தமிழ் இலக்கியப் படைப்புகள் குறித்த என் பார்வையில் மாற்றம் ஏற்பட்டது. சிற்றிலக்கியக் காலகட்டத்தில், தமிழகத்தில் நடைபெற்ற பிற மொழியினரின் ஆட்சியதிகார அரசியல் காரணமாகத் தமிழ் மொழிக்கும் தமிழர் வாழ்க்கைக்கும் ஏற்பட்ட சேதங்களை அறிந்திட இலக்கியப் படைப்புகள் முக்கியமானவை. பழந்தமிழ் இலக்கியப் படைப்புகளை வெவ்வேறு கோணங்களில் அணுகுவதன் மூலம் தமிழர் வாழ்க்கையின் கடந்த காலப் பதிவுகளை அறியலாம் என்பது இன்று பரவலாகியுள்ளது.

பின்நவீனத்துவ விமர்சன அணுகுமுறை தந்துள்ள 'மறுவாசிப்பு' மூலம் பழந்தமிழ் இலக்கியப் படைப்புகளை ஆராய்ந்ததன் விளைவு தான் இந்த நூலில் இடம்பெற்றுள்ள கட்டுரைகள். எனது விமர்சனப் போக்கு, மரபான பண்டிதர்களுக்கு எரிச்சலைத் தரக்கூடும். பழந்தமிழ் இலக்கியப் படைப்புகள் பற்றிய சமகால மதிப்பீடுகளை உருவாக்குவதன் மூலம், அவை மீண்டும் புத்துயிர் பெறுகின்றன.

பழந்தமிழ் இலக்கியப் படைப்புகள் பற்றிய எனது விமர்சனங்கள், சூழல் காரணமாக எழுதப்பட்டவை, ஒருவகையில் தற்செயலானவை.

'பழந்தமிழ் இலக்கியத்தில் அரவாணிகள்' கட்டுரை எழுதிடுமாறு என்னை நச்சரித்த நண்பர்கள் நேசமித்ரன், கார்த்திகைப்பாண்டியன்; 'விதிகளும் விலக்குகளும்' கட்டுரை எழுதிட மூலகாரணம், நண்பர் அ.ராமசாமி; 'சிற்றிலக்கியங்களில் அரசியல்' கட்டுரையைக் கருத்தரங்கினுக்காக வேண்டியவர், நண்பர் பேரா. வ.ஜெயா. 'தமிழகத்தில் ஜைன சமயம்' கட்டுரையை இணைய இதழுக்காகக் கேட்டவர், நண்பர் முத்துக்குமார். 'தமிழ்த் தத்துவ மரபில் பட்டினத்தார்' மற்றும் 'பிற்காலப் பெண் கவிஞர்கள்' கட்டுரைகள் தி தமிழ் இந்து பத்திரிகையின் சிறப்பு மலர்களுக்காக நண்பர் அரவிந்தன் கேட்டதற்காக எழுதப்பட்டவை. இத்தகைய நண்பர்கள் இல்லாவிடில் இவை போன்ற கட்டுரைகள் சாத்தியம் இல்லை. அவர்களுக்கு நன்றி.

கட்டுரைகளை வெளியிட்ட உங்கள் நூலகம், தாமரை, உயிர் எழுத்து, வலசை, தி தமிழ் இந்து ஆகிய இதழ்களின் ஆசிரியர்களுக்கு நன்றி.

கல்விப்புலம் சார்ந்த வாழ்க்கையில் எனக்கு நெருக்கமாக விளங்கியதுடன், நல்வழி காட்டிய பேராசிரியர்கள் முனைவர் முத்துச் சண்முகம் பிள்ளை, முனைவர் வ.அய்.சுப்ரமணியம், முனைவர் வ.சுப.மாணிக்கம் ஆகியோரின் அன்பினை என்றும் மறவேன். அவர்களுடன் நெருங்கிப் பழகிட கிடைத்த வாய்ப்புகள் காரணமாக இலக்கிய விமர்சனம் மட்டுமின்றி, எனது சொந்த வாழ்க்கையிலும் மாற்றங்கள் ஏற்பட்டன என்பதைப் பதிவுசெய்திட விழைகிறேன்.

நியூ செஞ்சுரி புத்தக நிறுவனம் மூலம் நூலை வெளியிடும் தோழர் சண்முகம் சரவணன் அவர்களின் தோழமைக்கு நன்றி.

எனது எழுத்து முயற்சிக்குப் பின்புலமாக விளங்கும் அன்புத் துணைவி உஷாவின் ப்ரியமும் அன்பும் என்றும் தீராதது.

ந.முருகேசபாண்டியன்
மதுரை
9443861238

பொருளடக்கம்

1. பழந்தமிழ் இலக்கியத்தில் விதிகளும் விலக்குகளும் — 9
2. பழந்தமிழ் இலக்கியத்தில் ஒடுக்கப்பட்டோர் — 18
3. பழந்தமிழ் இலக்கியத்தில் அரவாணிகள் — 33
4. புலனடக்கமும் அறமும் — 50
5. சிற்றிலக்கியப் படைப்புகளில் அரசியல் — 59
6. தமிழ்த் தத்துவ மரபில் பட்டினத்தார் — 70
7. பிற்காலப் பெண் கவிஞர்களின் பதிவுகள் — 77
8. தமிழகத்தில் ஜைன சமயம் — 83

பழந்தமிழ் இலக்கியத்தில் விதிகளும் விலக்குகளும்

பண்டைத் தமிழரின் வாழ்க்கை நெறிகள் நல்லது-கெட்டது என்ற முரணில் சமூகரீதியாகத் தகவமைக்கப்பட்டுள்ளன. அன்றாட வாழ்வில் பின்பற்ற வேண்டிய நடைமுறைகள் ஒருநிலையில் அறங்கள் எனப்பட்டன. அறம் என்பது எல்லோருக்கும் பொதுவானது என்ற வரையறை, மேலோட்டமான நிலையில் பொதுப்புத்தியில் அழுத்தமாக வினையாற்றுகின்றது. நடப்பில் நிலவுகின்ற ஆதிக்க உறவுகளை அறங்கள் ஒருவகையில் நியாயப்படுத்துகின்றன. ஆதிக்க சக்திகள் அல்லது ஆள்வோரின் நலன்களே ஒட்டுமொத்த சமூகத்தினருக்கானது என்ற புனைவைக் கட்டமைக்க அறங்கள் உதவுகின்றன. அறம் என்பது புனிதமானது; என்றும் மாறாதது; காலந்தோறும் தொடர்ந்து வருவது; ஒருபோதும் மாற்ற இயலாதது போன்ற கூற்றுகளின் மூலம் நிலவும் சமூகச்சூழல் தக்க வைக்கப்படுகின்றது. இதனால் அதிகாரம், நுட்பமான முறையில் செயல்படுகின்றது. அறம் வெல்லும் என்று உருவாக்கப்படும் கருத்தியல், போலியான நம்பிக்கையை எங்கும் விதைகின்றது. நடப்புச் சூழலுடன் மாறுபட்டு, எதிர்த்துக் கேள்விகள் கேட்கின்றவர்களுக்குக் குற்ற உணர்வை அறம் ஏற்படுத்துகின்றது. அறம் என்பது சார்பு எதுவுமற்றது என்ற வாதம் நுண்ணரசியல் பின்புலமுடையது. சமூகத்தில் பொருளியல் ரீதியில் ஆதிக்கம் செலுத்துகின்ற குழுவினரின் நலனுக்குச் சார்பான அறத்தை வலியுறுத்திட விதிகளும் விலக்குகளும் பெரிதும் பயன்படுகின்றன.

அறம் வெல்லும் மறம் வீழும் என்பது வெறுமனே நம்பிக்கை அடிப்படையிலானது. விதி என்பது விதிக்கப்பட்டது என்ற வைதிக சமயக் கருத்தியல் பிறப்பு, பால்ரீதியிலான பேதங்களை நியாயப்படுத்து கின்றது. விதியின் விளையாட்டு, விதியின் கைப்பாவை, விதியை வெல்ல முடியுமா? தலைவிதியை மாற்ற முடியுமா? போன்ற சொல்லாடல்கள் மூலம் மதங்கள், நிலவும் சமூகச் சூழல் குறித்து விமர்சனமற்ற பார்வையை வலியுறுத்துகின்றன. தலைவிதித் தத்துவம் இன்றளவும் செல்வாக்குப் பெற்றிருப்பது கவனத்திற்குரியது. அதிகாரத்துடன் ஆள்கின்றவர்களின் நலனைக் காக்கும் செயலை, அறம் என்ற பெயரில் விதிகள் காலந்தோறும் கட்டிக்காத்து வருகின்றன. விதி என ஒன்றை வலியுறுத்தும்போது, தானாகவே விலக்கும் ஆளுகை செலுத்துகின்றது. எவற்றைக்

கடுமையாகப் பின்பற்ற வேண்டும் என விதிகளை வகுக்கும்போது, எவற்றை விலக்க வேண்டும் என்பதும் உள்ளடங்கியுள்ளது.

கி.மு. 6-ஆம் நூற்றாண்டில் வட இந்தியாவில் தோற்றுவிக்கப்பட்ட வைதிக சமயமும், அவைதிக சமயங்களான ஜைனமும் பௌத்தமும் சங்க காலத்தில் தமிழக நிலப்பரப்பில் நுழைந்தன. வேட்டைச் சமூகமும் இனக்குழு வாழ்க்கையும் சிதைவடைந்து, பெரு நிலப்பரப்பில் வேந்தனின் ஆட்சியதிகாரம் பரவலாகிய சூழலில், இருவகை சமய மரபுகளும் தமிழகத்தில் செல்வாக்குப்பெற்றன. வேள்வித் தீயை வளர்த்து யாகம் செய்த சமஸ்கிருதம் பேசும் பார்ப்பனர்களுக்கு மன்னர்களிடம் வரவேற்பு இருந்தது. புதிதாக உருவாகியிருந்த வணிகர்கள் ஜைன, பௌத்தத் துறவியரின் கருத்துகளை ஆர்வத்துடன் ஏற்றுக்கொண்டனர். இனக்குழுத் தலைவர்களுக்கும் பாணர்களுக்குமான உறவு சிதைவடைந் திருந்தது. மன்னர், வேந்தர் என ஆட்சியதிகாரத்தில் ஆளுகை செய்த வர்கள் புதிய வகைப்பட்ட வைதிக சடங்குகளுக்கு முக்கியத்துவம் தந்தனர். வேந்தனின் ஆட்சியில் பாணரின் இடத்தினைப் பார்ப்பனர்கள் கைப்பற்றினர். பாணர், பறையர், பொருநர், துடியர் போன்ற கலைஞர்கள் பரந்த நிலப்பரப்பினை ஆண்ட வேந்தனின் ஆட்சிக்குத் தேவையற்றவர்களாயினர். புலையர் புலத்தி, இழிசினர் போன்ற பழங்குடியினர் இழிபிறப்பாளராகக் கருதப்பட்டனர். மக்களில் ஒரு பிரிவினரை இழிந்தவர்களாகக் கருதும் நிலை ஏற்பட்டதற்குக் காரணம் ஆளுவோரால் உருவாக்கப்பட்ட விதிகள்தான் .

பார்ப்பனர்களின் பழக்கவழக்கம், பண்பாட்டுக் கட்டமைப்பிலான சாதிய அமைப்பு சங்க காலத்தில் தமிழகத்தில் மெல்ல ஊடுருவின. வேதமும் யாகமும் பார்ப்பனர்களின் ஆயுதங்களாக உருமாறின. தருமம் அல்லது விதிகள் என்ற பெயரில் எதைச் செய்ய வேண்டும் எதைச் செய்யக் கூடாது என்பன வலியுறுத்தப்பட்டன. வைதிக நோக்கில் ஏற்கெனவே தீர்மானிக்கப்பட்ட சடங்குகள் பரவலாயின. நால் வருணக் கோட்பாடு பெரிய அளவில் முக்கியத்துவம் பெறவில்லை. எனினும் யாகத்தின்மூலம் தீயினை வளர்த்துப் பார்ப்பனர்கள் செய்யும் சடங்குகள் புனிதமானவை என்ற நம்பிக்கை உருவாக்கப்பட்டது. பார்ப்பனருக்குக் கேடு செய்வது மாபெரும் பாவம் என்ற புனைவு மன்னர், புலவரிடையே பரவலானது. சங்கப் பாடல்களில் இடம்பெற்றுள்ள பார்ப்பனர் பற்றிய கருத்துகள் புதிய விதிகளை உருவாக்கின. வைதிகக் கடவுள்கள், புராணங்கள், சம்ஸ்கிருதச் சொற்களுடன் இனக்குழு வாழ்க்கைக்கு முரணான நிலையாமை பற்றிய கருத்துகள் புறநானூற்றில் இடம் பெற்றுள்ளன. நெட்டிமையாரின் பாடல்:

ஆவும், ஆனியற் பார்ப்பன மாக்களும்,
பெண்டிரும், பிணியுடை யீரும் பேணித்
தென்புலம் வாழ்நர்க்கு அருங்கடன் இறுக்கும்
பொன்போற் புதல்வர்ப் பெறாஅ தீரும்,
எம்அம்பு கடிவிடுதும், நுன்அரண் சேர்மின் என
....
(புறநானூறு. 9)

பசுக்கள், பார்ப்பனர்கள், பெண்கள், நோயாளிகள், புதல்வரைப் பெறாதவர்கள் போன்றோருக்குத் தீங்கிழைக்காத அற வழிப்பட்ட போர் செய்ய வேண்டும் என்பது இப்பாடலில் வலியுறுத்தப்பட்டுள்ளது. கருத்தியல்ரீதியில் சமூக மேலாதிக்கம் செய்யும் பார்ப்பனர்கள் போற்றிக் காக்கப்பட வேண்டியவர்கள் என்பது பாடல் முன்னிறுத்தும் விதியாகும்.

பசுவைக் கொல்லுதல், பெண்ணின் கருவைச் சிதைத்தல், பார்ப்பனரைக் கொல்லுதல் போன்ற பாவங்களைச் செய்தவருக்கும் பிராயச்சித்தம் உண்டு, செய்ந்நன்றி கொன்றவர்களுக்கு மன்னிப்பு இல்லை என்ற புறப்பாடல் *(34)* பார்ப்பனரின் இடத்தினைச் சமூகரீதியில் வரையறுத்துள்ளது. பார்ப்பனரைக் கொல்லுதல் கூடாது என்பது விதியாகச் சொல்லப்பட்டுள்ளது.

கார் எதிர் உருமின் உரறிக், கல்லென,
ஆருயிர்க்கு அலமரும் ஆராக் கூற்றம்!
நின்வரவு அஞ்சலன் மாதேர் நன்பல
கேள்வி முற்றிய வேள்வி அந்தணர்க்கு,
அருங்கலம் நீரொடு சிதறிப், பெருந்தகைத்
தாயின்நன்று பலர்க்கு ஈத்துத்,
....
(புறநானூறு. 362)

பார்ப்பனருக்குத் தானம் செய்ததால் புரவலர் எமனுக்குப் பயப்படவில்லை என்பது பார்ப்பனரின் சமூக மேலாதிக்கத்தினை வலியுறுத்துகின்றது. பார்ப்பனருக்குத் தானம் வழங்க வேண்டியது அவசியம் என்ற விதி இப்பாடல் தரும் தகவலாகும். சமூக அடுக்கில் பார்ப்பனர் உச்சநிலை வகிப்பது நுட்பமாக வெளிப்பட்டுள்ளது.

இரண்டாயிரமாண்டுகளாக வைதிக சமயம், விதிகள் என்ற பெயரில் தமிழர் வாழ்க்கையில் ஆழமாக ஊடுருவியுள்ளது. இனக்குழு வாழ்க்கை சிதைவடைந்துகொண்டிருந்த சங்க காலகட்டத்திலே வைதிக சமயம், நால் வருணப் பாகுபாட்டின் அடிப்படையில் மேல்-கீழ் வேறுபாடுகளை அறிமுகப்படுத்தியது. சங்க இலக்கியத்திலும், தொல்காப்பியத்திலும் இடம்பெற்றுள்ள வேள்வி முதலான செய்திகள்

தற்செயலானவை அல்ல. வருணக் கலப்பு கூடவே கூடாது என்பதை விதி அல்லது தருமத்தின்பேரில் வலியுறுத்தும் வைதிக சமயம் தூய்மை, தீட்டு, விலக்கு போன்றவற்றையும் முன்னிலைப்படுத்துகின்றது. எந்தவொரு சூழலிலும் தன்னை மேன்மையான இடத்தில் வைத்துக் கொள்ள முயலும் பார்ப்பனியம், புரோகிதம் என்ற பெயரில் பிறப்பு முதல் இறப்பு வரையிலான சடங்குகள், பரிகாரச் சடங்குகள் மூலம் பல்வேறு விதிகளை விதித்துள்ளது.

நோயினால் மாண்ட மன்னனின் உடலைத் தருப்பைப் புல்லின் மீது கிடத்திய நான்கு வேதங்களை ஓதிடும் பார்ப்பனர், அந்த உடலை வாளினால் வெட்டி, போரில் இறந்த மன்னர்கள் உலகிற்குச் செல்க எனப் பரிகாரம் செய்த முறையினைப் புறநானூற்றுப் பாடல் மூலம் அறிய முடிகின்றது. வீரம் முதன்மையாகக் கருதப்பட்ட சங்க காலத்திலே பரிகாரம் என்ற பெயரில் வைதிக சமயம், புதிய விதியினை ஆளுவோரிடையிலும் அமல்படுத்திவிட்டது. யாராவது இறந்தால் கருமாதி என்ற பெயரில் பார்ப்பனர் செய்யும் வைதிகச் சடங்கு இன்றும் தொடர்கின்றது. குழந்தை பிறந்தது முதலாக ஒவ்வொரு காலகட்டத்திலும் வருவாய் பெறுவதற்கான வளமான ஏற்பாட்டினுக்கு வைதிக விதிகள் பெரிதும் பயன்படுகின்றன. விதி அல்லது விலக்கு என்ற பெயரில் கடவுள் அல்லது கோயிலை முன்வைத்துப் பார்ப்பனர் நடத்தும் சடங்குகள் இன்றளவும் தொடர்வது ஒருவகையில் அபத்தம்.

இலக்கண நூலான தொல்காப்பியம், மொழிக்கு மட்டுமின்றி அன்றைய சமூகச்சூழலில் நிலவிய விதிகளையும் பதிவாக்கியுள்ளது. ஐந்திணைக் கோட்பாடு, அகம், புறம், வீரம், கொடை, காதல் பற்றிய வரையறைகள் முக்கியமானவை. சுட்டி ஒருவர் பெயர்கொளப் பெறார் எனக் காதலர்களின் பெயர்களைக் குறிப்பிடாதிருத்தல் என்ற அகப் பாடலுக்கான விதி நுட்பமானது. போரில் வீரமரணம், புறமுதுகிட்டு ஓடாதிருத்தல் எனப் புறப்பாடல்களும் விதிகளை வகுத்துள்ளன.

"எண்ணரும் பாசறைப் பெண்ணோடு புணரார்" என்ற தொல்காப்பிய வரி போர்க்களத்தில் ஆணுக்கும் பெண்ணுக்குமிடையிலான உறவினை விதியாக மாற்றுகின்றது. பொருள் தேடிச் செல்லுதல் ஆணின் இலக்கணம் என்ற நிலையில், வீட்டில் குழந்தைகளுடன் காத்திருத்தல் பெண்ணின் இலக்கணமாகும். பெண்ணின் புழங்குவெளி வரையறுக்கப்பட்ட சூழல் விதிகளின் அடிப்படையிலானது. "முந்நீர் வழக்கம் மகடூஉ வொடு இல்லை" என்ற விதி, பெண் கடல் கடந்து செல்லக் கூடாது எனத் தடை விதிக்கின்றது. பெண் குறித்த இத்தகைய விலக்குகள் வைதிக

சமய நெறியினை வலியுறுத்தும் மனு தருமத்திலும் இடம் பெற்றுள்ளன.

தாய் வழிச் சமூகம் சிதைவடைந்து உருவான சமூக அமைப்பு நிலவிய சங்ககாலத்தில் அகத்திணை இலக்கணம் மூலம் பெண்ணின் உடலும் மனமும் பற்றிய புதிய விதிகள் உருவாக்கப்பட்டன.

தண்ணுறு வேட்கை கிழவன்முன் கிளத்தல்
எண்ணுங்காலைக் கிழத்திக்கு இல்லை

என்ற தொல்காப்பிய வரிகள் பெண் பற்றிய புதிய பிம்பத்தினைக் கட்டமைக்க முயலுகின்றன. தனது பாலியல் விழைவினைப் பெண் தனது காதலனிடம் சொல்வது கூடாது என்பது ஆண் பெண் உறவில் சமமற்ற நிலையை வலியுறுத்துவதாகும். பாலியல் விதிகளை உருவாக்க வேண்டிய நிலை தொல்காப்பியருக்கு ஏற்பட்டது ஆய்விற்குரியது.

குடும்பம் என்ற அமைப்பின் உருவாக்கத்தில் பெண்ணின் செயல்பாடுகள் குறித்த விதிகளைத் தொல்காப்பியம் பதிவாக்கியுள்ளது. மனைவி என்ற நிலையில் அவள் எப்படி இருக்க வேண்டுமென்ற விதி நுண்ணரசியல் சார்ந்தது.

தற்புகழ் கிளவி கிழவன் முன் கிளத்தல்
எத்திறத்தானும் கிழத்திக்கு இல்லை

மனைவி தனது கணவன் முன்னால் தனது உறவினரின் பெருமைகள், தனது சிறப்புகள் குறித்துப் பேசுவது கூடவே கூடாது என்ற விதி, ஆண் மேலாதிக்க அரசியலின் வெளிப்பாடாகும்.

பெண்ணின் இயற்கையான பாலியல் வேட்கை, செயல்பாடுகள் குறித்துத் தொல்காப்பியம் முன் வைக்கும் விதிகள் ஆய்விற்குரியன.

உயிரினும் சிறந்தன்று நாணே, நாணினும்
செய்தீர்க் காட்சி கற்பு சிறந்தன்று எனத்
தொல்லோர்க் கிளவி புல்லிய நெஞ்சமொடு

உயிர், நாணம், கற்பு என அடுத்தடுத்து பெண்ணின் அடிப்படையாகத் தொல்காப்பியர் வகுக்கும் விதிகள், பெண்ணின் யோனித் தூய்மையை வலியுறுத்துகின்றன.

ஆண் பற்றிப், "பெருமையும் உரனும் ஆடுஉமேன" பெருமையாகக் குறிப்பிடும் தொல்காப்பியர், பெண்ணைப் பற்றிக் குணரீதியில் விதிகளை வகுத்துள்ளார்.

அச்சமும் நாணும் மடனும் முந்துறுதல்
நிச்சமும் பெண்பாற்கு உரிய என்ப

சங்கப் பெண்ணிலிருந்து மாறுபட்டுப் புதிய வகையில் அச்சம், மடம், நாணம் போன்றவற்றைப் பெண்ணுக்கான விதிகளாக்குவதற்கான காரணம் ஆய்விற்குரியது. தாய்வழிச் சமூகத்தின் எச்சங்கள் நிலவிய சங்ககாலத்தில், வேந்தனின் உடைமைச் சமூகத்தின் நலனுக்கான உடல்களை உருவாக்கிட தொல்காப்பியர் புதிய அறங்களை வகுத்துள்ளார். இயற்கையான பால் வேறுபாட்டினுக்கு மாற்றாகப் பண்பாட்டுப் பால் வேறுபாடு முன்னிலைப்படுத்துவதில் அரசியல் பொதிந்துள்ளது. ஆணுக்கும் பெண்ணுக்கும் தனித்தனியாகச் சொல்லப்பட்ட அறங்கள் பாலியல் அடிப்படையிலானவை. ஆணின் உடைமையாக நிலம் மாற்றப்பட்டபோது, பெண்ணும் ஆணின் உடைமையாக மாற்றப்பட்டாள். அன்றைய சமூகப் பொருளாதார அரசியல் நிலைமைகள், பாலியல் அரசியலுடன் இணைந்து பெண் பற்றிய புதிய விதிகளை வகுத்தன. சொத்துடைமை சமூகத்தில் பெண்ணின் நிலை இரண்டாமிடம் பெற்றதை விதிகளாக்கித் தொல்காப்பியர் பதிவாக்கியுள்ளார். அவை, பெண் பற்றிய மதிப்பீட்டில் இன்றளவும் தமிழகத்தில் ஆளுகை செலுத்துகின்றன.

தொல்காப்பியம் வகுத்துள்ள பெண் பற்றிய விதிகள் சங்க இலக்கியப் படைப்புகளில் பெரிதும் இடம்பெறவில்லை. பெண்ணைச் சமூகமயமாக்கலின் விதிகள் தொல்காப்பியரின் காலத்தில் மேலாதிக்கம் பெற்றமைக்குக் காரணம், வைதிக சமயம் வலுப்பெற்றுவிட்டது என்றுதான் கருதவேண்டியுள்ளது.

சங்க இலக்கியம் சித்திரிக்கும் போர், வேட்டை, இறைச்சி உண்ணுதல், மது அருந்துதல், காமக் கொண்டாட்டம் என்ற நிலையானது பெரிதும் இனக்குழு வாழ்க்கை சார்ந்தது. அன்றைய சூழலில் புலன்களின் மூலம் பெறப்படும் இன்பங்களைத் துய்ப்பது இயல்பானதாகக் கருதப்பட்டது. விண்ணுலகில் இருப்பதாக மதங்கள் புனையும் சொர்க்கம் பற்றி சங்கத் தமிழர அக்கறை கொண்டிருக்கவில்லை. இத்தகைய சூழலில் பௌத்தமும் ஜைனமும் கருத்தியல்ரீதியில் தமிழரிடையே மெல்லப் பரவத் தொடங்கின. அவை, துறவு வாழ்க்கைக்கு முக்கியத்துவம் தந்தன. பௌத்தத் துறவியர் போதித்த எண்வகை நெறிகள் குறிப்பிடத்தக்கன. கொல்லாமை, களவு செய்யாதிருத்தல், காமம் இன்மை, பொய் சொல்லாதிருத்தல், கள்ளுண்ணாதிருத்தல் போன்றவை வலியுறுத்தப் பட்டன.

ஜைன அறம் வினையின் விளைவானது. பிறவி என்ற கருத்தின் அடிப்படையில் ஐம்புலன்களையும் அடக்குவதற்கு முன்னுரிமை தந்தது. உயிரினங்களைக் கொல்லுவது கூடவே கூடாது என்பது ஜைனர்களின் கருத்து. ஆசையைத் துறத்தலை வலியுறுத்தும் ஜைன மதம், பூமியில் விரதங்கள் என்ற பெயரில் மனித உடல்களை வதை செய்வதற்கு முன்னுரிமை தந்தது. அனுவிரதம் எனப்படும் கொல்லாமை, பொய் சொல்லாமை, திருடாமை, காமம் இல்லாதிருத்தல் போன்றவை ஜைன நெறியில் முக்கியமானவை. பௌத்தமும் ஜைனமும் போதிக்கும் விதிகள் துறவிகளுக்கானவை என்ற நிலையில், சங்கத் தமிழர் அவற்றை எங்ஙனம் எதிர்கொண்டனர் என்பது முக்கியமான கேள்வி.

ஜைனமும் பௌத்தமும் கருத்தியல்ரீதியில் மக்கள் வாழ வேண்டிய நெறிகள் குறித்து விதிகளை வகுத்துள்ளன. மறு உற்பத்திக்கு அடிப்படை யானதும் உடல்களில் இயல்பாகப் பொங்கிடுகின்ற காம உணர்வினை விலக்க வேண்டுமென்ற விதியைப் பண்டைத் தமிழர்கள் பின்பற்ற வில்லை. கொல்லாமை, புலால் மறுத்தல், மது குடிக்காதிருத்தல் பற்றிய விலக்குகளைச் சங்கத் தமிழர் பெரிதும் அக்கறை கொள்ளவில்லை. சங்கப் பாடல்களில் ஜைனத்தின் முதன்மைக் கோட்பாடான அகிம்சை பற்றிப் பதிவு எதுவுமில்லை. என்றாலும் மத அடிப்படையில் விதிகளும் விலக்குகளும் புகுத்தப்பட்டதைச் சங்க இலக்கியப் பிரதிகள் மூலம் அறிய முடிகின்றது. மகாவீரர் ஜைனத் துறவியருக்குப் போதித்த ஐந்து முக்கியமான விதிகள் திருக்குறளில் இடம்பெற்றுள்ளன. நீத்தார் பெருமை, கூடா ஒழுக்கம், கள்ளாமை, புலால் மறுத்தல், தவம், அருளுடைமை, கொல்லாமை, கள்ளுண்ணாமை, வாய்மை முதலான அதிகாரங்களில் திருவள்ளுவர் குறிப்பிட்டுள்ள விதிகள், ஜைன சமயக் கருத்துகளின் அடிப்படையிலானவை.

கள்ளும் நஞ்சும் ஒன்று எனச் சொல்லும் திருவள்ளுவர், கள் குடிப்பது ஆணின் அறம் அல்ல என்று விலக்கினை அறிமுகப்படுத்தி யுள்ளார். மனு தரும சாஸ்திரம் உள்பட்ட ஜைன, பௌத்த சமய நூல்களிலும் கள் குடித்தலை விலக்குவதுடன், பஞ்சமா பாதகங்களில் ஒன்றாகக் குறிப்புகள் இடம்பெற்றுள்ளன.

புலன் அடக்கத்தில் ஒன்றாக நாக்கினைக் கட்டுப்படுத்த வேண்டும் என திருவள்ளுவர் சொல்வதில் மறுபக்கம் கவனத்திற்குரியது. யாகாவாராயினும் நாவினை அதாவது, பேசும் பேச்சினில் கவனத்துடன் இருக்க வேண்டும் என்பது வலியுறுத்தப்படுகின்றது. அவை அறிதல் அவை அஞ்சுதல் ஆகிய இரு அதிகாரங்களில் ஏற்றத்தாழ்வான

சமூகத்தில் ஆள்வோர்/அறிஞர் முன்னால் எப்படிப் பேச வேண்டும் என்பது குறிப்பிடப்பட்டுள்ளது. உயர்ந்தவர் பயனற்ற சொல்லைச் சொல்ல மாட்டார் என்ற கருத்து அதிகாரத்தின் குரலாகும். இனக்குழுத் தலைவன், தன்னை நாடி வந்த பாணருடன் அளவளாவி கள்ளும் இறைச்சியும் உண்டு பேதமற்றுப் பேசிக் களித்த சங்க காலச் சூழல் பெரிதும் மாறிவிட்ட நிலையினைத் திருக்குறள் சித்திரித்துள்ளது. அரசியலில் மதங்கள் கலந்துவிட்ட சூழலில், அதிகாரத்தினுக்குப் பணிதல் அவசியம் என்ற விதி நுட்பமாகப் புகுத்தப்பட்டுள்ளது.

"தம் நிறை தாம் காத்தலே மகளிர் கடமை. நல்ல காவல் அதுவே. வீட்டுக்குள் பூட்டிக் காவலிடுவது பயனற்ற செயல்" எனப் பெண்ணின் இயல்பாக மனு தரும சாஸ்திரம் குறிப்பிடுகின்றது. சிறைகாக்கும் காப்புஎவன் செய்யும் மகளிர்/நிறைகாக்கும் காப்பே தலை என்ற திருக்குறளின் கருத்தும் மனுவின் கருத்தும் ஒத்துப்போவது பெண் பற்றிய சமூக விதியின் வெளிப்பாடாகும்.

திருக்குறளில், பிறன் இல் விழையாமை என்ற அதிகாரத்தின் தலைப்பு, பெண் ஒருவனைத் திருமணம் செய்துகொண்டால் அவனுடைய உடைமைப் பொருளாக மாறிவிடுகின்றாள் என்பதை உணர்த்துகின்றது. பாலியல் அறத்தைப் பொறுத்தவரையிலும் மனைவியின் உலகம் முழுக்க கணவனைச் சார்ந்தது. இயல்பான சங்கப் பெண்ணிலிருந்து விலகிப் பத்தினி அல்லது பதிவிரதை என்ற மையத்தை நோக்குவதாகப் பெண்ணின் பிம்பத்தைத் திருக்குறள் புதிய விதிகளின் மூலம் கட்டமைத்துள்ளது. பெண்ணின் பேச்சைக் கேட்காதே என ஆணுக்குத் திருவள்ளுவர் சொல்வது அறிவுரை அல்ல, விதியாகும். மகளிர் தம்முடைய நிறை அல்லது கற்பினைக் காத்தல் கடமை என விதிக்கும் திருவள்ளுவர், ஆணின் கடமையென விதிகள் எதுவும் வகுக்கவில்லை.

தமிழரின் அடையாளமாகச் சிறப்பிக்கப்படும் "யாதும் ஊரே யாவருங் கேளிர்" என்ற புறநானூற்றுப் பாடலில் இடம்பெற்றுள்ள "தீதும் நன்றும் பிறர் தர வாரா", "நீர் வழிப்படும் புனை போல" போன்ற வரிகள், ஜைன சமயம் வகுத்துள்ள விதிகளின் அடிப்படையிலானவை. குடி, மன்பதை எனப் பாரம்பரியமாக இனக்குழுப் பெருமையுடன் குறிப்பிட்ட பிராந்தியத்தில் வாழ்ந்து வந்த பூர்விகக் குடியினரை அகற்றி, வேந்தரின் ஆட்சிப் பரவலை ஏற்றுக்கொள்ளச் செய்வது கனியன் பூங்குன்றனாரின் நோக்கமாக உள்ளது. பழங்குடியினரின் அகமண முறைகளையும் குடிப்பெருமையையும் பண்பாட்டுரீதியில் எதிர்கொள்ள "ஊழ்வினை" பயன்பட்டுள்ளது. ஜைனரின் வினைக்கோட்பாட்டின்

அடிப்படையில் புற உலகின் அரசியலை விளக்கிட உதவும் இப்பாடல், இன்றளவும் தேசிய இனங்களின் தனித்துவத்தினை அழித்து, ஒற்றை அரசியல் அதிகாரத்தினை நிறுவிட முயலுகின்றவர்களுக்குப் பயன்படுகின்றது.

தமிழுக்குப் பெருமை அற இலக்கியம் எனப் பெருமை பேசும் குரல்கள் மேலோட்டமானவை. சங்க காலத்தில் களியும் கூத்தும் அளவுக்கு அதிகமானதால், நீதிகளைப் போதிப்பதற்காகத் திருக்குறள் முதலான நீதி நூல்கள் இயற்றப்பட்டன என்ற வாதம் அபத்தமானது, அடிப்படையற்றது. சங்க காலத்தில் நிலவிய வாழ்க்கை முறையைச் சிதைத்துப் புதிய வகைப்பட்ட அரசியல் அமைப்பினை ஏற்படுத்தும் போது, மாறும் இருப்பினை மக்களிடையே நியாயப்படுத்தும் விதிகளை நீதி நூல்கள் வகுத்தன. வைதிக சமயமும், அவைதிக சமயங்களான பௌத்தமும், ஜைனமும் கருத்தியில்ரீதியில் தமிழகத்தில் வலுவடைய அறிமுகப்படுத்திய விதிகளும் விலக்குகளும்தான் நீதி நூல்கள் தோன்றுவதற்கான பின்புலம். இறுதியாக மனு தருமம் நூலில் இருந்து ஒரு ஸ்லோகம்: “தண்டனைக்குப் பயந்துதான் உலகம் நடக்கிறது. தண்டனை இன்றேல் யாரும் நல்வழியில் நடவார். தண்டனையே ஆண்மையுடைய நீதி. அதுவே நால்வகை ஒழுக்கத்திற்கும் அரண். தண்டனையினால் அரசன் தகுதி உயர்கின்றது. அது அனைத்துயிர் களையும் தண்டித்துக் காக்கிறது. அதுவே ஒன்றை விதிக்கவும் அடக்கவும் வல்லது.”

உதவிய நூல்கள்

மநு தர்மம், தமிழ்நாடன்(மொ-பெ). சென்னை: காவ்யா பதிப்பகம், 2011.

ராஜ் கௌதமன். தமிழ்ச் சமூகத்தில் அறமும் ஆற்றலும். கோவை: விடியல் பதிப்பகம், 2008.

பழந்தமிழ் இலக்கியத்தில் ஒடுக்கப்பட்டோர்

அண்மையில், இலக்கியக் கூட்டத்திற்காக உ.வே. சாமிநாதய்யர் எழுதிய 'என் சரித்திரம்' என்ற வாழ்க்கை வரலாற்று நூலினைப் படிக்க நேர்ந்தது. அந்நூலில் 1860 முதல் 1942 வரையிலான தமிழகத்தின் குறுக்கு வெட்டுத் தோற்றம் நேர்மையாகப் பதிவாக்கப்பட்டுள்ளது. தஞ்சாவூர் பகுதியில் சைவ மடங்களுடன் உ.வே.சா. கொண்டிருந்த உறவு சுவாரசியமாக விவரிக்கப்பட்டுள்ளது. 760 பக்கங்களுக்கும் கூடுதலான அந்த நூலில் ஓர் இடத்தில்கூட வயலில் வேலை செய்யும் தலித்துகள், உயர்சாதிப் பண்ணையாளர்களின் அடக்குமுறை, தீண்டாமை காரணமாக அடைந்த துயர வாழ்க்கை குறித்துச் சிறு பதிவுகூட இல்லை. பால் அடிப்படையில் ஒடுக்கப்பட்ட பெண்கள் பற்றியும் உ.வே.சா.வின் பிரதி மௌனம் சாதிக்கிறது. அவருடைய அம்மா, குடும்ப அமைப்பில் பட்ட கஷ்டத்தைப் பற்றிய அபிப்ராயம் மட்டும் பதிவாகியுள்ளது. மற்றபடி அவருடைய மனைவி பற்றியோ வேறு பெண்கள் பற்றியோ அந்த நூலில் எந்தத் தகவலும் இடம் பெறவில்லை. அன்றைய சூழலில் தலித், பெண் பற்றிய சமூக மதிப்பீடுகளுக்கு உயர்சாதியினரிடம் என்ன மதிப்பிருந்தது என்பதற்கு உ.வே.சா.வின் 'என் சரித்திரம்' சிறந்த எடுத்துக்காட்டு. ஆங்கிலக் கல்வியும் சமூக சீர்திருத்த அமைப்புகளும் விடுதலை இயக்கங்களும் தோன்றிய பின்னரும் பால், பிறப்பு அடிப் படையில் ஒடுக்கப்பட்டோர் பற்றிய சமூக அங்கீகாரம் இவ்வளவுதான். இத்தகு சூழலில், சங்க இலக்கியம் முதலாகச் சிறப்பிக்கப்படும் தமிழிலக்கியப் பரப்பில் ஒடுக்கப்பட்டோரின் குரல்களும் அவர்களைப் பற்றிய பதிவுகளும் பெரிய அளவில் பதிவாகி இருக்க வாய்ப்பில்லை. ஏனெனில், இன்று நம் பார்வைக்குக் கிடைக்கும் சங்க இலக்கியத் தொகுப்புகளில் நுண்ணரசியல் பொதிந்துள்ளது. ஒடுக்கப்பட்டோரைக் கண்டுகொள்ளாமல் புறக்கணிக்கும் உயர்சாதியினரின் தந்திர மனநிலை, செயற்பட்டுள்ளது. எனினும் ஒடுக்கப்பட்டோர் தங்களுடைய மன விழைவினை வாய்மொழி இலக்கியமாக அடுத்த தலைமுறையினரிடம் பகிர்ந்துகொண்டிருக்க வாய்ப்புண்டு. அவை, காற்றில் மிதந்து கொண்டிருக்கின்றன.

தமிழ்ச் சமூகத்தில் ஒடுக்கப்பட்டோர் என வரையறுக்கும்போது சாதி, பால், பொருளாதாரம் முக்கிய இடம் வகிக்கின்றன. சமூக அடுக்கில் சில பிரிவினர் தொடர்ந்து ஆளுகை செலுத்துவதற்கு ஏற்றவகையில்

பிறப்பு அடிப்படையில் மனித உடல்களைப் பேதப்படுத்தித் தீண்டாமையைக் கற்பித்தல் வலுவாக நடைபெறுகிறது. தீட்டு, சுத்தம் என்ற கருத்தியல் பின்புலத்தில் தீண்டாமையை வலியுறுத்துவது இன்று வரை தமிழகத்தில் தொடர்கிறது. மாதம்தோறும் பெண்களுக்கு இயற்கையாக ஏற்படும் மாதவிலக்கினைக் காரணம் காட்டிப் பெண்ணுடல்களைத் தீட்டாக ஒதுக்கியதில் வைதிக சநாதன சமயத்தின் பங்கு முதன்மையானது. இன்னொருபுறம், மலைப்பகுதிகளில் பல நூற்றாண்டுகளாக வாழ்ந்து வரும் பழங்குடியினர், அரசினாலும் ஆதிக்க சக்தியினாலும் அடக்கியொடுக்கப்படுகின்றனர். இத்தகையோருக்குக் கல்வி என்பது முற்றிலும் மறுக்கப்பட்டிருந்த சூழல் நிலவியது. விதிவிலக்காகச் சித்தர் மரபினர் கல்வியறிவு பெற்றிருந்தனர். தமிழர்கள் தங்களுக்குள் உரையாடல் வடிவில் பேசிக்கொண்டாலும் அதை உரைநடை வடிவில் எழுதும் திறன் அற்றிருந்தனர். சிற்பக்கலை, சமையல், மருத்துவம், சோதிடம் போன்ற நூல்கள் அனைத்தும் செய்யுள் வடிவில்தான் இருந்தன. செய்யுளில் எழுதுவதுதான் மேன்மையானது என்ற கருத்தியல் போக்கில், இலக்கியமானது கற்றறிந்த உயர்சாதியினரிடம் மட்டும் வழக்கினில் இருந்தது. ஓரளவு எழுதப் படிக்கத் தெரிந்த விளிம்பு நிலையினர், எழுத்து முயற்சியில் ஈடுபடுவதைத் தடுப்பதற்கு உயர்சாதியினர் செய்த தந்திரம்தான் 'செய்யுள்'. அறிவுத்தளத்தில் தொடர்ந்து ஆதிக்கம் செலுத்துவதற்குச் செய்யப்பட்ட முயற்சிகள், சாதிய அடிப்படையிலானவை. சோழப் பேரரசின் உச்சகட்டத்தில், வைதிக சநாதன சமயம் பெற்ற உச்சநிலை காரணமாக, வேதக்கல்வி முன்னுரிமை பெற்றது. இந்நிலைமை தமிழகத்தை மராட்டியர், நாயக்கர் ஆண்டபோது, இன்னும் வலுவடைந்தது.

காப்பியக் காலம், பக்தி இலக்கியக் காலம், சிற்றிலக்கியக் காலம் எனப் பகுக்கப்படும் பழந்தமிழ் இலக்கியப் பரப்பில், வைதிக சமயத்திற்கு ஆதரவான குரல்கள்தான் தொடர்ந்து ஒலித்தன. உடல்ரீதியில் அடக்கி யொடுக்கப்பட்ட விளிம்பு நிலையினரின் மனவேதனைகள், துயரங்கள் போன்றன இலக்கிய முயற்சியாக மாற்றப்படுவதற்கான சூழல் மிகக் குறைவு. பள்ளு இலக்கியம் போன்ற இலக்கிய வகைமையில், பள்ளர் சாதியினர் பற்றிய பதிவுகள் இருப்பினும், அவை அதிகாரத்தினுக்குச் சார்பான குரலினையே வெளிப்படுத்துகின்றன. ஏறக்குறைய 1800 ஆண்டு காலத் தமிழிலக்கியத்தில், ஒடுக்கப்பட்டோரின் குரல்கள் எதுவுமில்லை என்பது கசப்பான உண்மை. எனினும் ஒடுக்கப்பட்டோர் பற்றிய மேல்தட்டினரின் மனோபாவம் பற்றிய பதிவினூடாகச் சில தகவல்களைப் பெற முடிகின்றது.

இரண்டாயிரமாண்டு வரலாற்றுப் பழைமையான தமிழிலக்கியப் பரப்பில் பல்வேறு குரல்கள் பொதிந்துள்ளன. பரந்துபட்ட மக்கள் திரளை ஆதிக்கம் செலுத்தும் அதிகார வர்க்கத்தின் நலனுக்குச் சார்பான குரல்கள், இலக்கியப் படைப்பில் முன்னிலைப்படுத்தப்படுவது இயல்பானதுதான். இனக்குழுச் சமூக வாழ்க்கை சிதைவடைந்து, பேரரசு தோன்றுவதற்கான சாத்தியப்பாடுகள் சங்க காலத்தில் வலுவடைந்தன. பரந்துபட்ட நிலப்பரப்பினைத் 'தமிழ்' என்ற அடையாளத்துடன் ஒருங்கிணைத்துப் புதிய வகைப்பட்ட ஆட்சி உருவாக்கப்பட்டது. மக்களிடையே மேல் கீழ் என்ற பாகுபாடு சங்க காலத்திலேயே தொடங்கிவிட்டது.

பெண்ணைப் பொறுத்தவரையில் போர் அல்லது பொருள் தேடிப் பிரிந்து போன கணவன் திரும்பி வரும்வரை வீட்டில் காத்திருப்பதுதான் மேன்மையானது என்ற போதனையுடன் குடும்ப நிறுவனம் வலியுறுத்தப் பட்டது. இனக்குழுச் சமூக வாழ்க்கைக்கே உரிய குலக்குறி வழிபாடு, மர வழிபாடு, இயற்கை வழிபாடு போன்றன முன்னிலைப்படுத்தப் பட்டன. அதியற்புத ஆற்றல்களுக்குச் சங்கத் தமிழர் வாழ்க்கையில் இடமில்லை. புராணங்கள், பழமரபுக் கதைகள், வழிபாட்டுப் பாடல்கள் எனத் தமிழ்ச் சமூகத்தின் வரலாறு புனையப்படவில்லை. தமிழ்த் தொன்மங்கள், தொன்மக் கதைகள் என்பன தமிழ்ப் பண்பாட்டில் பெரிய அளவில் இடம்பெறவில்லை. ஒரு முலை இழந்த திருமாபத்தினி, ஆதிமந்தி ஆட்டனத்தி துயர நிலை, பெண் கொலை புரிந்த நன்னன் போன்ற கதைகள் சங்க இலக்கியத்தில் காணப்படினும், அவை தமிழ்த் தொன்மங்களாகப் பெரிய அளவில் வடிவெடுக்கப்படவில்லை. இன்னொருபுறம் தமிழர் பூர்வீகம் குறித்து இட்டுக்கட்டப்பட்ட நம்ப முடியாத கதைகள் என எதுவுமில்லாமையினால், தமிழ்ப் புராணம் என எதுவும் இல்லை. இந்நிலையில், சங்க இலக்கியப் படைப்புகளில் இடம்பெற்றுள்ள இதிகாசங்கள் பற்றிய குறிப்புகளும் புராணத் தகவல்களும் எங்கிருந்து வந்தன என்பது முக்கியமான கேள்வி. சங்க காலத்தில் நடைபெற்ற பல்வேறு புலம் பெயர்வுகள் காரணமாகப் பல்வேறு மொழி பேசும் மக்கள் தமிழகத்திற்குள் நுழைந்தனர். இத்தகையோரில் ஒருவரான பார்ப்பனர், வளமான வாழ்க்கையும் சமூக அங்கீகாரமும் கிடைக்கும் என்ற எண்ணத்துடன் 'தமிழகம்' வந்தனர். அவர்கள் உருவாக்கிய பேச்சுகள்தான் புராணங்களும் இதிகாசங்களும் தமிழர் வாழ்க்கையில் ஊடாடுவதற்கு அடிப்படைக் காரணங்கள்.

இன்று, தமிழரின் அடையாளமாகப் போற்றப்படும் சங்கப் பாடல்கள் தேர்ந்தெடுப்பில் தொகுப்பாளரின் நோக்கம் காரணமாக, ஒருவிதமான

வரையறை ஏற்பட்டுள்ளது. 'குடி'களாக வாழ்ந்த மக்களின் குரல்கள் புறக்கணிக்கப்பட்டிருக்க வாய்ப்புண்டு. இனக்குழு வாழ்க்கைமுறை சிதைவடையும் நிலையில், இயற்கையோடு இயைந்து வாழும் மலைப் பகுதி குறவர் இன மக்களின் இருப்பு கேள்விக்குள்ளாகின்றது. மரபு வழிபட்ட நிலையில் வேட்டையாடி உணவு ஈட்டிய குறவர்கள், ஆநிரை கவர்தல், வழிப்பறி மூலம் பொருளீட்டிய எயினர்கள், மீன் பிடித்து வாழ்ந்து வந்த பரதவர் போன்றோரின் வாழ்க்கை முறை சிதைவடையத் தொடங்கியது. வளமான மருத நிலங்கள் மூலம் வேளாண்மை செய்து ஆதாயம் பெற்றோரின் கை மேலோங்கியது. கூத்தர், மழவர், உமணர், கொல்லர், தச்சர், குயவர், புலையர், புலவர் எனத் தொழில் அடிப் படையில் அழைக்கப்பட்ட பல்வேறு பிரிவினரும் ஒத்திசைந்து வாழ்ந்து வந்தனர். அவர்களிடையே ஒரு குறிப்பிட்ட பிரிவினரை இழந்தவர் களாகவோ, அசுத்தமானவர்களாகவோ கருதப்படாத நிலை நிலவியது. குடிகளாக வாழ்ந்த தமிழர்களிடையே காலப்போக்கில் முரண்பாடுகள் தோன்றின. சங்கப் படைப்புகளில், காலத்தினால் பிந்தைய கலித்தொகையில் 'புலையன்' என்ற சொல் இழிவான பொருளில் கையாளப்பட்டுள்ளது. பரத்தையிடமிருந்து தனது கணவனுக்குத் தூதுவனாக வந்த பாணனைப் புலையர் எனக் கேவலமான தொனியில் ஒரு பெண் திட்டுகிறாள் (கலித்தொகை 68).

போர்க்களத்தில் துடி அடித்து ஓசையெழுப்பும் துடியனை 'இழிசினன்' எனக் குறிப்பிடும் தகவல் புறநானூற்றில் (289) இடம் பெற்றுள்ளது. விரைந்து கட்டில் பின்னும் திறமை மிக்கவன் இழிசினன் எனக் குறிப்பிடப்படுகிறான் (புறநானூறு 82). தனிப்பட்ட மனிதர்களைக் கேவலமாகத் திட்டுவதற்காகப் புலையன், இழிசினன் எனக் குறிப்பிடும் போக்கு, சங்க காலத்தில் வழக்கிலிருந்தது. அந்தப் பெயர்களில் ஒரு குறிப்பிட்ட பிரிவினர் - இன்றைய சாதிப் பிரிவு போல் - வாழ்ந்தனர் என்பதற்குச் சங்கப் பாடல்களில் சான்றுகள் எதுவுமில்லை.

"வேற்றுமை தெரிந்த நாற் பாலுள்ளும்
கீழ்ப்பாலொருவன் கற்பின்
மேற்பா லொருவனும் அவன்கட் படுமே" (புறநானூறு 183)

என்ற ஆரியப்படை கடந்த நெடுஞ்செழியனின் பாடல் அடிகள், கல்வியை முன்னிறுத்தி, மேல், கீழ் என அமையும் சமூகப் பாகுபாட்டினை மறுக்கின்றது. அரசனும் பார்ப்பனரும் மட்டும் கல்வி கற்பதற்குரியர் என்ற வைதிக சமய நெறியினை மறுக்கும் நெடுஞ்செழியன் புதிய வகைப்பட்ட சொல்லாடலை முன் வைக்கின்றார்.

"துடியன் பாணன் பறையன் கடம்பனென்று
இந் நான்கல்லது குடியுமில்லை"   (புறநானூறு, 356)

என்ற பாடல் அடிகள் மூலம் மாங்குடி கிழார், அன்றைய தமிழ்ச் சமூகத்தில் ஊடுருவிய வைதிக சமய மரபினுக்கு மாற்றாகக் கலகச் சொல்லாடலை முன் வைத்துள்ளார்.

சங்க காலச் சமூகத்தில் இளம் பெண், தான் விரும்பியவனைக் கணவனாகத் தேர்ந்தெடுப்பதற்கு உரிமை இருந்தது. காதலனும் காதலியும் திருமணத்திற்கு முன்னர் உடலுறவு கொள்வது இயற்கையானதாகக் கருதப்பட்டது. குடும்ப நிறுவனம் உருவாகிக்கொண்டிருந்த காலகட்டத்தில், பெண் ஏதோ ஒரு காரணத்திற்காகப் பிரிந்துபோன கணவனுக்குக் காத்திருத்தல் ஒழுக்கம் எனப் போதிக்கப்பட்டது. குடும்பத்தினை மறுத்துப் பண்டைய தாய்வழிச் சமூக வழிமுறையில், தனது விருப்பம்போல வாழ்ந்து வந்த பெண், பரத்தை என இழிவாகக் கருதப்பட்டாள். பெண்ணுடல் என்பதற்காகப் பால் அடிப்படையில் ஒதுக்கப்படுதல் நிகழவில்லை.

சங்க காலத்தில், மக்கள் வாழ்க்கையில் ஊடுருவிய வைதிக சமயம் பல்வேறு பாடல்களில் வெளிப்பட்டுள்ளது. தீயை வளர்த்து யாகம் வளர்க்கும் பார்ப்பனரின், சமூக நிலை பற்றிய மதிப்பீடுகள் குறிப்பிடத் தக்கன. எனினும் திருக்குறள் தனித்த போக்கில் வைதிக சமயத்தை எதிர்கொண்டது. வைதிக சமயக் கருத்துகளுடன் சிற்சில இடங்களில் ஒத்துப்போகும் திருவள்ளுவர், பல்வேறு இடங்களில் அவை குறித்த விவாதத்தை முன்வைத்துள்ளார். 'பிறப்பொக்கும் எல்லா உயிர்க்கும்' என்ற குறள் அடிகள், விளிம்பு நிலையினருக்குச் சார்பானவை. வைதிக சமயம், வேளாண்மைக்கு முதன்மையிடம் தராத நிலையில்,

"உழுதுண்டு வாழ்வாரே வாழ்வார்மற் றெல்லாம்
தொழுதுண்டு பின்செல் பவர்"   (திருக்குறள், 1033)

என அழுத்தமாகத் திருவள்ளுவர் வலியுறுத்துகின்றார். ஒட்டுமொத்த தமிழ்ச் சமூகம், உழைப்பாளர்களான சூத்திரர் பின் செல்வது என்பது தற்செயல் நிகழ்வு அல்ல. பண்டைத் தமிழ்ச் சிந்தனை மரபின் நீட்சியாக வெளிப்படும் திருக்குறள், ஒடுக்கப்பட்டோர் குறித்துப் புதிய பேச்சுகளை உருவாக்கியுள்ளது.

சங்க காலத்திற்குப் பின்னர் தமிழகத்தில் ஏற்பட்ட அரசியல் மாற்றங்கள் கருத்துரிதியில் வெளிப்பட்டன. மக்களின் அன்றாட வாழ்க்கையில் இயல்பானதாகக் கருதப்பட்ட கொண்டாட்டங்கள் இழிவானதாகக் கருதிப் புறக்கணிக்கப்பட்டன. கள் குடித்தல், இறைச்சி

உண்ணுதல், பரத்தை தொடர்பு போன்றவை சமூகக் குற்றங்களாகக் கருதப்பட்டன. அசுத்தம்/சுத்தம் என்ற நிலையில் மனித உடல்களைப் பிறப்பின் அடிப்படையில் பிரித்து, உயர்வு/தாழ்வு கற்பிக்கும் நிலை வலுவடைந்தது. ஜைன, பௌத்த, வைதிக சநாதன சமயங்களின் ஆதிக்கம் மேலோங்கிய நிலையில், மனித இருப்பு கேள்விக்குள்ளானது. சராசரி வாழ்க்கை வாழ்ந்திட மக்கள் அல்லல்படும்போது, ஒழுக்கவிதிகள் திணிக்கப்படுவது, ஆளுவோரின் நலனைப் பாதுகாப்பதற்காகத்தான். பதினெண் கீழ்க்கணக்கு நூல்களான திரிகடுகம், ஏலாதி, ஆசாரக்கோவை, பழமொழி, நாலடியார், இன்னா நாற்பது, இனியவை நாற்பது, சிறுபஞ்சமூலம், முதுமொழிக் காஞ்சி, நான்மணிக்கடிகை போன்றவை வலியுறுத்தும் வாழ்நெறிகளும் விதிகளும் ஆய்விற்குரியன. பிறப்பின் அடிப்படையில் சாதிய ஏற்றத்தாழ்வினைக் கற்பிக்கும் வைதிக சமய நெறியினைப் பெரும்பாலான நூல்கள் ஏற்றுக்கொள்கின்றன. 'அந்தணரின் நல்ல பிறப்பில்லை' (நான்மணிக்கடிகை, 35) பார்ப்பனரை எச்சிலால் தீண்டக்கூடாது (ஆசாரக் கோவை, 5) போன்ற அடிகள், ஒடுக்கப்பட்டோர் பற்றிய நிலையினைப் பதிவாக்கியுள்ளன.

பெண் தனித்து இயங்கும் திறன் அற்றவள். ஆணைச் சார்ந்து இயங்கும் இயல்புடையவள், தனது உடல்மீது எவ்விதமான உரிமையும் அற்றவள். குடல், குருதி, தோல், எலும்பு, நரம்பு, தசை, நிணம் இணைந்த கலவைதான் பெண் (நாலடியார், 46). பெண்ணைத் தனித்த மனித உயிர் எனக் கருதாமல், அவளுடைய சுயமான மனத்தைப் புறக்கணித்துவிட்டு, பல்வேறு உறுப்புகளின் தொகுதியாகக் கருதும் பார்வை, சங்க காலத்திலிருந்து முற்றிலும் மாறுபட்டதாகும். பெண்ணுக்கு இப்பிறவியில் வீடுபேறு இல்லை என மறுக்கும் ஜைன சமயப் பரவல் ஒருபுறம் நிகழ்ந்தது. பெண் எனப்படுபவள் பாவயோனியில் பிறந்தவள் என மனு தருமம் அவளைத் தீட்டுக்குள்ளாக்குவதுடன், அவளுக்குக் கல்வி கற்பதையும் மறுக்கின்றது. சங்க காலத்தில் 41 பெண்கள் கவிதை எழுதிய நிலை, பின்னர் முற்றிலும் மறுக்கப்பட்டமைக்குக் காரணம், சமயங்களின் மேலாதிக்கம்தான். பெண், தனது அடையாளத்தையும் தனித்துவத்தையும் இழந்த நிலையானது, காலப்போக்கில் இன்னும் மோசமானது.

காப்பிய காலம் எனக் குறிக்கப்படும் காலகட்டத்தில், கதை தழுவிய நீண்ட கவிதைகள் வெளியாகியுள்ளன. அவை சமூகம், அரசியல், சமயம் சார்ந்த நிலையில் பல்வேறு தகவல்களைப் பதிவாக்கியுள்ளன. சிலப்பதிகாரம், வைதிக சமயம் உள்ளிட்ட பல சமயங்களின் இருப்பு குறித்த சொல்லாடலை உருவாக்க முயலுகின்றது. இந்திரவிழவு

எடுத்த காதையில், புகார் நகரில் வாழ்கின்ற மக்களைப் பற்றிக் குறிப்பிடப்படுவது, அன்றைய சமூகம் குறித்த சித்திரிப்பாகும். வணிகர், வேடர், பாணர், மறவர், குறவர், கூத்தர், கொல்லர், ஆயர், அரசர், பார்ப்பனர் எனப் பல்வேறு பிரிவினர் பற்றிய தகவல்களுடன், அப்பம், கள், பிட்டு, மீன், உப்பு விற்போர், கைவினைஞர்களான தச்சர், வினைஞர், மண்ணிட்டாளர் பற்றிய விவரங்களும் இடம்பெற்றுள்ளன. இப்படிப் பரந்துபட்ட மக்கள் பற்றிக் குறிப்பிடும் இளங்கோவடிகள், அவர்களைச் சாதி, வருணப் பாகுபாட்டிற்குள் அடக்கவில்லை என்பது முக்கியமான தகவல். வைதிக சமயம் பெரிய அளவில் தமிழர் வாழ்க்கைக்குள் ஊடுருவிச் செயற்பட்டாலும், அது வலியுறுத்தும் நால் வருணப் பாகுபாடு என்பது தமிழர்களிடையே செல்வாக்குப் பெற்றிருக்கவில்லை. அதிலும் பிறப்பின் அடிப்படையில், குறிப்பிட்ட சிலரை இழிவாகக் கருதும் போக்கு இல்லை என்று கூறலாம். பார்ப்பனரான கதைமாந்தர்கள், காப்பியத்தில் நீக்கமற நிறைந் திருப்பினும், ஒடுக்கப்பட்டோர் பற்றிய தனித்த பேச்சு எதுவுமில்லை.

> "நுண்வினைக் கொல்லர், நூற்றுவர் பின்வர
> மெய்ப்பை புக்கு, விலங்கு நடைச் செலவின்"
> (சிலப்பதிகாரம், கொலைக்களக் காதை, பா.வரி. 106-7)

என்ற அடிகளுக்கு உரையெழுதிய உரையாசிரியரான அடியார்க்கு நல்லார், 'கொல்லன் இழிகுலத்தோனாதலின் உயர்ந்தோர் வந்தவிட மெங்கும் விலகி நடக்கிறான்" என்று குறிப்பிட்டுள்ளார். சிலப்பதிகாரம் எழுதப்பட்டு பல நூற்றாண்டுகளுக்குப் பின் எழுதப்பட்ட அவ்வுரையில், அன்றைய வழக்கு விவரிக்கப்பட்டுள்ளது. 'விலங்கு நடை' என்ற சொல்லுக்கு வீதியின் ஓரமாகக் கொல்லன் நடந்து வந்தான் எனப் பொருள்கொள்ள முடியும்.

ஒளி, பூதம், கூத்து, பாம்பு போன்றவற்றால் இன்ன வருணத்திற்கு இன்ன வகை என்ற ஒதுக்கீடு செய்யப்பட்டுள்ளதனைச் சிலப்பதிகாரம் மூலம் அறிய முடிகிறது. நால் வருணப் பாகுபாடு பற்றிய பிரிவு குறித்துத் தொல்காப்பியம் விளக்கினாலும் தமிழ்ச் சமூகத்தில், அது ஆழமாக வேரூன்றாத நிலைதான் காப்பிய காலத்திலும் நிலவியது. எனினும், அது குறித்த பேச்சுகள், தவிர்க்க முடியாமல் காப்பியங்களில் இடம்பெற்றுள்ளன.

மணிமேகலையின் நான்கு வருணங்களாகப் பகுக்கப்பட்டோர் வாழ்விடமும் புழங்கு வெளியும், வரையறுக்கப்பட்ட நிலையை அறிய முடிகிறது. ஊர், பட்டினம் என்ற இரு வேறு இடங்களில், குறிப்பிட்ட

பிரிவினர்தான் வசித்து வந்தனர். மனித இறப்பிலும் மேல் X கீழ் என்ற பாகுபாடு செயல்படுத்தப்பட்டது என்பதைச் சுடுகாட்டில் அமைக்கப்பட்ட கோட்டங்கள் மூலம் அறியலாம்.

> "அருந்தவர்க்காயினும் அரசர்க்காயினும்
> ஒருங்குடன் மாய்ந்த பெண்டிர்க் காயினும்
> நால் வேறு வருணப் பால்வேறு காட்டி
> இறந்தோர் மருங்கிற் சிறந்தோர் செய்த
> குறியளவும் நெடியவுங்குன்று கண்டன்ன
> சுடுமண் ஓங்கிய நெடுநிலைக் கோட்டமும்"
>
> (மணிமேகலை 6 : 56-60)

இறந்தோரைச் சுடுகாட்டில் புதைப்பதிலும் வேறுபாடுகள் நிலவின என்பது ஆய்விற்குரியது. அதேவேளையில், கோலும் உண்கலமும் கையில் பிடித்துக் காவல் செய்யும் சுடுகாட்டுக் காவலரின் குடிசையும் அங்கிருந்தது எனக் குறிப்பிடும் சீத்தலைச் சாத்தனார், காவலரைப் பற்றி இழிவாகக் குறிப்பிடவில்லை என்பதைக் கவனத்தில் கொள்ள வேண்டியுள்ளது.

பார்ப்பனர்கள், வேள்வித் தீயில் இட்டுக் கொல்லுவதற்காகக் கட்டி வைக்கப்பட்டிருந்த பசுவினை ஆபுத்திரன் இரக்க மனநிலையுடன் கவர்ந்து சென்றான். அப்பொழுது அவனைப் பிடித்துக்கொண்ட பார்ப்பனர், 'புலைச் சிறுமகனே! போக்கப்படுதி' (மணிமேகலை, *13 : 44*) என்று இழிவாகத் திட்டுகின்றனர். மேலும், அவனுடைய பிறப்பினைப் பற்றிக் கூறிய பார்ப்பனர் ஒருவர், "புல்லல் ஓம்பன்மின், புலைமகன் இவன்' (மணிமேகலை, *13:91*) எனக் கேவலமாகக் குறிப்பிடுகின்றார். புலைமகனான இவனைத் தீண்டாதீர்கள் என்ற வரியின் மூலம் அன்றைய நாளில் 'புலையர்' என்ற பிரிவினர் தீண்டத்தகாதவராகக் கருதப்பட்டனர் என அறிய முடிகிறது. தமிழர்களில் ஒரு பிரிவினர் மட்டும் 'புலையன்' என முத்திரை குத்தி இழிவாகக் கருதப்பட்டதற்கான காரணங்கள் ஆய்விற்குரியன.

> "ஆக்கப்படுக்கு மரு ளைவாய்ப் பெய்விக்கும்
> போக்கப்படுக்கும் புலைநகரத் துய்விக்கும்" (வளையாபதி, பா.13)

என்ற வளையாபதி காப்பிய வரியில் 'புலை' என்ற சொல் இழிவான பொருளில் கையாளப்பட்டுள்ளது.

பாடைமேல் கிடந்து ஒரு கையினால் உப்பில்லாத புழுக்கலைப் பலியாக இட்ட நீரைப் புலைமகன் உகுப்ப, அவற்றையுண்டு கவிழ்ந்ததைச் சீவகன்,

"உப்பிலிப் புழுக்கல் காட்டுப் புலைமகனுகுப்ப வேகக்
கைப்பலி உண்டு யானும் வெள்ளின் மேற் கவிழ நீரும்"
                                    (சீவக சிந்தாமணி, 2984)

என்று துறவினை வலியுறுத்திக் கூறுகின்றான். இங்கு 'புலைமகன்' என்ற சொல் இழிவுப் பொருளில் குறிப்பிடப்படுகின்றது. மேலும், தீண்டத்தகாத குலத்தில் ஒருவன் பிறந்தது, முன் வினைப்பயன் எனச் சீவக சிந்தாமணி குறிப்பிடுகிறது. 'ஊன், தேன், கள் போன்றவற்றை உண்டு, உயிர்களைக் கொன்ற பாவத்தினால், இப்பிறவியில் ஈனராய்ப் பிறந்தீர்கள். எனவே, அவற்றைக் கைவிடுங்கள்' என்ற அறிவுரையில், பிறப்பினடிப்படையில் உயர்வு தாழ்வு கற்பிக்கும் போக்கு நியாயப் படுத்தப்பட்டுள்ளது. ஜைன சமயக் காப்பியமான சீவக சிந்தாமணியிலும் பௌத்த சமயக் காப்பியமான மணிமேகலையிலும் அன்றைய கால கட்டத்தில் இழிவுபடுத்தப்பட்ட மக்கள் பற்றிய பதிவுகள் இடம் பெற்றுள்ளன, வைதிக சமயம் பெற்ற மேலாண்மையைக் காட்டுகின்றது.

உணவுப் பழக்கவழக்கம், இறை வழிபாட்டு முறை, மணஉறவு, தோலின் நிறம் போன்றவற்றை முன்னிறுத்திப் பல்வேறு தொழில்களைச் செய்தவர்களையும் கைவினைஞர்களையும் நால்வருணப் பாகுபாட்டிற்குள் அடக்கும் முயற்சி, காப்பிய காலத்தில் செல்வாக்குப் பெற்றது எனக் கூற முடியும். எனினும் அடக்கியொடுக்கப்பட்டவர்களின் ஆவேசக் குரல்கள் என எதையும் காப்பியங்களில் கண்டறியப்பட இயலவில்லை.

கி.பி.7 ஆம் நூற்றாண்டில், தமிழகத்தில் ஜைனமும் பௌத்தமும் பெற்றிருந்த செல்வாக்கினைச் சிதைத்து, வைதிக சநாதன சமயம் புதிய வடிவில் மேலாதிக்கம் பெற முயன்றது, 'பக்தி இயக்கம்' எனப்படுகிறது. இல்லறம், துறவறம் எனப் பாகுபடுத்தி தினமும் வாழவேண்டிய நெறி முறைகளை வகுத்தளித்த ஜைன, பௌத்த, சமய நெறிகளுக்கு மாற்றாக, எந்நிலையிலும் இறைவனை அடையலாம் என்ற சைவ, வைணவ சமயங்களின் கருத்துகள் பரவலாகக் கவனம்பெற்றன. பால், சாதி வேறுபாடு அற்ற நிலையில் இறை வழிபாடு என்பதுபோல கருத்தினை முன்வைத்தாலும், வைதிக சநாதன சமயக் கோட்பாடுகள் அடிப்படையாக விளங்கின. நால் வருணப் பாகுபாடு முறை இன்னும் வலுவடைந்தது. சோழப் பேரரசு ஏகாதிபத்தியமாக உச்சநிலை அடைந்தபோது, பார்ப்பனியம் மேலாதிக்கநிலை பெற்றது. பால், சாதிரீதியில் மக்களிடையே ஏற்றத்தாழ்வுகள் வலியுறுத்தப்பட்டன. வயலில் உடல் உழைப்பினைத் தந்து உற்பத்தியில் ஈடுபட்டோரை எப்பொழுதும் கேவலமாகக் கருதும் வைதிக சமயத்தின் கருத்தியல் வெளிப்பாடு

காரணமாகத் ‘தீண்டத்தகாதவர்’ எனப் புதிய பிரிவு உருவானது. சாதியினால் ஒடுக்கப்பட்ட உடல்கள், பால்ரீதியில் ஒடுக்கப்பட்ட பெண்ணுடல்கள் என அடிமைப்பட்ட உடல்களைத் தயாரிக்கவும் தக்க வைத்துக்கொள்ளவும் பக்தி இயக்கம் என்ற ‘லேபிள்’ பெரிதும் உதவியது. வேள்வித் தீ வளர்த்தல் புனிதமாகக் கருதப்பட்ட நிலையில், பார்ப்பனர்களுக்குச் சதுர்வேதி மங்கலம், சர்வமானியம், ஏகபோகம், பிரம்மதேயம், தேவதானம் எனப் பல்வேறு வழிகளில் நஞ்சை நிலங்கள் தானமாகத் தரப்பட்டன. அந்நிலங்களில் தொடர்ந்து உழைப்பைச் செலுத்திடத் தேவைப்படும் அடிமை உடல்களை உருவாக்கிடத் தேவாரம், நாலாயிர திவ்வியப் பிரபந்தம் போன்ற பக்தி இயக்கப் பாசுரங்கள் பெரிதும் பயன்பட்டுள்ளன.

வைதிக சமய நெறியில் வலியுறுத்தப்படும் சுத்தக் கோட்பாடு முக்கியமானது. தீட்டு என்பது வெறுமனே அழுக்குடன் தொடர்புடையது அல்ல. பிறவி, கர்மம், வினை எனச் சடங்குடன் தொடர்புடையதாகிறது. சுத்தத்தின் ஒரு முனையில் பார்ப்பனர் எனில், அதன் எதிர் முனையான அசுத்தத்தில் தீண்டத்தகாதவரும் இடையில் பிற இடைநிலைச் சாதி யினரும் என்ற ஒழுங்கமைப்பு, அன்றைய சாதியப் படிநிலையை நியாயப்படுத்துகிறது. சுத்தம் என்ற கருத்தியலைப் பிறப்புடனும் ஆன்மாவுடனும் தொடர்புபடுத்தும் வைதிக சநாதன சமயம், தாழ்த்தப் பட்டவர்கள் மேலும் பல பிறவிகள் பிறந்து, துயரத்தில் உழன்று, அந்தந்தச் சாதிக்குரிய கடமைகளைச் செவ்வனே செய்து, படிப்படியாகச் சுத்தம் பெற்று, இறுதியில் பார்ப்பன இருநிலை பெற்று, முழுமையாகச் சுத்தமடைவார்கள் எனப் போதிக்கிறது. சமூக அடுக்கில் பொருளியல் நிலையில் ஆதிக்கம் பெற்று, அதிகாரத்தைக் கைப்பற்றியவர்கள், உழைக்கின்ற அடித்தட்டு மக்களை அடக்கியொடுக்கிடச் சுத்தக் கோட்பாடு பெரிதும் பயன்பட்டுள்ளது. பக்தி இலக்கியப் படைப்புகள், சுத்தக் கோட்பாட்டினைப் பெரிதும் முன்மொழிகின்றன.

பக்தி இலக்கியத்தின் உச்சமான பெரிய புராணம், பல்வேறு சாதி களைச் சார்ந்த அடியார்களின் கதைத்தொகுப்பு என்று மேலோட்டமாகத் தோன்றினாலும், அது புதைநிலையில் வைதிக சநாதன சமயத்திற்குச் சார்பான பெருங்கதையாடலை முன்னிலைப்படுத்தியுள்ளது. சங்கப் பாடல்களில் ஊரினை வருணிக்கும்போது, மலை, மரம், விலங்குகள் என இயற்கையைப் போற்றுவது மரபு. பெரிய புராணத்தில், வருணாசிரமப் பாகுபாட்டினை வைத்து ஊரின் சிறப்பு விவரிக்கப்பட்டுள்ளது.

''வேத நெறியின் முறை பிறழா மிக்க ஒழுக்கம் தலைநின்ற
சாதி நான்கு நிலை தழைக்கும் தன்மைத்தாகித் தடமதில் சூழ்''
(பெரியபுராணம், கழற்றறிவார் நாயனார் புராணம், பா.எண்.: 3751)

என்ற அடிகள் நான்கு வருண முறை பிறழாமல் இருப்பதே ஊரின் சிறப்பு எனக் குறிப்பிடுகின்றன.

பல்வேறு சமய வழிபாட்டு முறைகள் நிலவிய சங்க காலச் சமய மரபினைச் சிதைத்து ஒற்றைத் தெய்வ வழிபாட்டினை முன்னிறுத்தி, அதனையே முழுமையானது என்று நிறுவிச் சமய நிறுவனத்தை வலியுறுத்துவதில் பக்தி இயக்கம் முனைப்புடன் செயற்பட்டது. மேலும், வைதிக சமயத்தின் எழுச்சிக்கும் தமிழகத்தில் அது மேலாதிக்கம் செலுத்துவதற்கும் பக்தி இயக்கம் முதன்மையான காரணியாக விளங்கியது. இதனால் நால் வருணப் பாகுபாடுகள், சாதிப் பிரிவினைகள், சமூக ஏற்றத்தாழ்வுகள் போன்றன வலுவடையவும். அவை, சமயம் சார்ந்த நிலையில் அங்கீகாரம் பெற்றதுடன் புனிதமாகவும் போற்றப்பட்டன. வேதங்கள், வேள்விகள், ஆகமங்கள், நால்வருணப் பாகுபாடு ஒருபுறம் இருக்க, பக்தி இயக்கம், நாட்டார் மரபுகளை எவ்வாறு தனது ஆளுகைக்குள் கொண்டுவந்தது என்பது முக்கியமான கேள்வி. மலையில் வாழும் வேடுவரான திண்ணப்பனும் புலையரான நந்தனும் பக்தி இயக்க வெளிக்குள் எப்படிக் கொண்டுவரப்பட்டனர் என்பது ஆய்விற்குரியது. நாட்டார் இறை வழிபாட்டில் தோய்ந்த வேடரான திண்ணப்பன், ஆகம வழிபாட்டினரான பார்ப்பனரான சிவகோசாரியார் என்ற இருவேறு நிலைகளை முன்வைத்துப் புதிய வகைப்பட்ட சொல்லாடலைச் சேக்கிழார் உருவாக்கியுள்ளார். குடுமித் தேவரான சிவனை முன்னிறுத்திச் சேக்கிழார் புனைந்துள்ள புனைவு, வைதிக மயமாக்கலுக்குத் துணையாகிறது.

வேதங்கள் ஒலிக்கின்ற, வேள்விப் புகை சூழ்ந்துள்ள மூவாயிரம் அந்தணர்களின் கண்காணிப்பில் இருக்கின்ற சிதம்பரம் நடராசரின் மீது நந்தனுக்கு ஏற்பட்டதாகச் சித்திரிக்கப்படும் விருப்பமும் புனைவுதான். 'இன்னல் தரும் இழிபிறவி' எனச் சேக்கிழாரால் குறிப்பிடப்படும் புலையரான நந்தனுக்கு, மனித உடலில் இருக்கும்வரை சிவதரிசனம் கிடைக்கவில்லை.

''இப்பிறவி போய் நீங்க, எரியினிடை நீ மூழ்கி
முப்பரி நூல் மார்பருடன் முன் அணைவாய்''

எனச் சிவனே நந்தனுக்கு ஆலோசனை கூறியதாகச் சேக்கிழார் கதைப்பது, ஒடுக்கப்பட்டோர் பற்றிய சமூக மதிப்பீட்டின் வெளிப்பாடு.

சோழப் பேரரசின் விரிவாக்கத்தின்போது, மலையில் வாழும் மக்களையும் ஆளுகைக்குள் கொண்டுவர, சிவனை முன்னிறுத்திய புனைவு பயன்பட்டது எனவும் பிரதியை வாசிக்க முடியும். நால்வருணப் பாகுபாட்டிற்குள் வராமல், தீண்டத்தகாதவர்களாக ஒதுக்கி வைக்கப்பட்டு, ஊருக்கு வெளியே வாழும் புலையர்களில் ஒருவரான நந்தன், சிவதரிசனம் காண முயன்றது என்று விரியும் கதை, அன்றைய காலகட்டத்தில் அடிமை உடல்களை இன்னும் அடிமையாக்க முயன்றதன் வெளிப்பாடு என்று கூற முடியும்.

இறையடியார்களின் அருள் திறத்தைச் சோதித்துப் பின்னர் ஏற்றுக்கொள்ளும் சிவபெருமானின் செயல் முழுக்க சாதியப் பின்புலமுடையது. பார்ப்பனரான திருஞான சம்பந்தன் குழந்தையாக இருக்கும்போது, சிவன் காட்சி தந்து அருள் தருகின்றார். வேளாளரான திருநாவுக்கரசருக்கு முதிர்ந்த வயதில் வெள்ளெலும்பு தேய இமய மலைக்குச் செல்லும்போது, சிவன் காட்சி தருகின்றார். காரைக்கால் அம்மையார் பெண்ணுடலில் இருந்ததனால், சிவனின் தரிசனம் கடைசி வரை கிட்டவில்லை. அவர், தனது அழகைச் சிதைத்துப் பேயாக உருவெடுத்துத் தலையால் நடக்கும்போது, சிவனால் தடுத்தாட் கொள்ளப்படுகின்றார். இடைநிலைச் சாதியைச் சார்ந்த அடியார்களைச் சோதிக்கும்போது, சிவன் தரும் சோதனைகள் கடுமையாகவும் கொடூர மானதாகவும் உள்ளன. தலித்தான நந்தன், மனித உடலில் இருக்கும் வரை அவரது பக்கம் திரும்பிப் பார்க்காத சிவன், தீயினில் எரிந்த பின்னர், குரல் வடிவில் அவரை ஏற்றதாக அறிவிக்கின்றார். தீண்டத் தகாத உடம்பினை உடைய நந்தனுக்கு இறுதிவரையிலும் சிவன் நேரில் தோன்றி காட்சி தராதது வைதிக சமயத்தின் கருத்து மேலாதிக்கம்தான். பெண்ணுடல் என்பதனால், அதை இழிவாகக் கருதிய சநாதன நெறியினைச் சேக்கிழாரும் வழிமொழிகிறார் என்பதற்குச் சிறந்த எடுத்துக்காட்டு, காரைக்கால் அம்மையார். இறைவன் முன்னர் எல்லாரும் சமம், பேதம் எதுவுமில்லை என்ற கருத்தினைப் பெரிய புராணம் முன்வைத்துள்ளது என்ற கதையாடல் முழுக்கக் கபடமானது. ஒடுக்கப்பட்டோர் பற்றிய பெரியபுராணத்தின் சித்திரிப்புகள் தனியே ஆய்வு செய்யப்படவேண்டியவை.

பழந்தமிழ் இலக்கியப் படைப்புகளில் ஒடுக்கப்பட்டோரின் சார்பில் முதன்முதலாகக் குரல் எழுப்பியர்கள் சித்தர்கள்தான். வைதிக சமயம் முன்னிறுத்திய சாதிய ஏற்றத்தாழ்வு, தீண்டாமை, பால் சமத்துவமின்மை ஆகியவற்றைக் கேள்விக்குள்ளாக்கும் சித்தர்களின் சிந்தனைப்போக்கு தனித்துவமானது. பொதுவாக, சித்தர்களை ஞானம்

யோகம் என அப்பாலைத் தத்துவத்துடன் பொருத்திப் பார்க்கும் ஆன்மிக மரபு முன்னிலைப்படுத்தப்படுகிறது. சித்தர்களின் ஞானத்தேடலும், சமுதாய விமர்சனமும் நுட்பமானவை. சில சித்தர்கள் வைதிக சமய நெறியுடன் சமரசம் செய்துகொண்டுள்ளனர். எனினும் பெருங் கதையாடலாகச் சமய அடிப்படையில் இதுவரை முன்வைக்கப்பட்ட நெறிமுறைகளைக் கேள்விக்குள்ளாக்கியதுடன், சுயமான சிந்தனையுடன் அன்றைய வாழ்க்கைப் பிரச்சனைகளை அணுகியவர்கள் சித்தர்கள்.

சித்தர்களில் காலத்தினால் முதன்மையான திருமூலர் 'ஒன்றே குலம் ஒருவனே தேவன்' எனத் திருமந்திரத்தில் குறிப்பிட்டுள்ளார். ஆகம விதிகளின்படி நிறுவப்பட்ட கோயிலில் புரோகிதராகப் பணியாற்றும் பார்ப்பனர், தனது பணியை மேன்மையானதாகக் கருதுகிறார், உழவுத் தொழிலையும் பிற கைவினைஞர்களின் கடும் உழைப்பையும் கீழானதாகக் கருதுகின்றார். சநாதன நெறியை நிலைநாட்டும் வேதக் கல்வியைக் கேள்விக்குள்ளாக்கும் சிவவாக்கியர், சித்தர் மரபில் கலகத்தைத் தொடங்கியவர் ஆவார்.

"சரித்திரங்கள் ஓதுகின்ற சட்டநாதப் பட்டரே
வேர்த்து இரைப்பு வந்தபோது வேதம்வந்து உதவுமோ"

"இருக்க நாலு வேதத்தை அற வோதிலும்
பெருக்க நீறு பூசினும் பிதற்றிலும் பிரான் இரான்"

"ஓதுகின்ற வேதம் எச்சில், உள்ள மந்திரங்கள் எச்சில்"

போன்ற வரிகள் வேதம் பற்றிய புனைவைத் தகர்க்கின்றன. பிறக்கும் போதே உள் கோவணமும் குடுமியும் உடன் பிறந்ததோ, பூணூல் பளிச்சிடும் மார்பில் வேதம் தானாய் உதித்ததோ என்று பார்ப்பனர்களைப் பகடி செய்யும் சிவவாக்கியர், வேதம் ஓதுவதை

'மெல்லவே முணமுணவென்று விளம்புகிற மூடர்காள்
கள்ள வேடம் இட்டதேது? கண்ணை மூடி விட்டதேது?'

என்று கேலி செய்கின்றார். உடல் உழைப்பிலிருந்து முழுக்க விலகிக் கொண்டு, பூணூல், குடுமி வேடம் தரித்து வேதம் ஓதுவதன்மூலம் சமூக அடுக்கில் தங்களை மேன்மையானவர்களாகக் கற்பித்துக் கொள்கின்ற பார்ப்பனர்களைப் பத்திரகிரியார், "அவ்வேடம் பூண்டு அலைந்து திரிவார்" எனவும், காடுவெளிச் சித்தர், "கள்ள வேடம் புனையாதே" எனவும் குறிப்பிட்டுள்ளனர்.

தூய்மை, தீட்டு என்ற கற்பிதங்கள் மூலம் புனிதம், தீண்டாமை எனப் போதிக்கும் வைதிக சமயம் முன்னிறுத்தும் 'சுத்தம்' பற்றியும் கேள்வியெழுப்பியுள்ளார் சிவவாக்கியர்.

"காலைமாலை நீரிலே மூழ்குமந்த மூடர்காள்
காலைமாலை நீரிலே கிடந்த தேரை என்பெறும்"

காலை, மாலை ஆகிய இரு வேளைகளில் நீராடுவதன் மூலம், 'சுத்தம்' எனத் தன்னைப் பறைசாற்றும் பார்ப்பனரைவிட, எப்பொழுதும் நீரினுள் கிடக்கும் தேரை 'அதி சுத்தம்' வாய்ந்தது என்ற பேச்சு, வைதிக சமயத்திற்கு விடப்பட்ட சவால்.

"நூறுகோடி ஆகமங்கள் நூறுகோடி மந்திரம்
நூறுகோடி நூலிலிருந்து ஓதினால் அது என்ன பயன்?"

என்ற சிவவாக்கியரின் கேள்வி, பல நூற்றாண்டுகளாகத் தமிழ்ச் சமூகத்திற்குள் ஊடுருவியிருந்து சநாதன நெறியை மறுதலிக்கிறது.

மனித உடல்களைச் சாதிரீதியில் பிளவுபடுத்தி, அதற்கேற்ற வகையில் கோயில் நிறுவனங்களையும் சாத்திரங்களையும் கட்டிக் காத்த வைதிக சமயத்தைக் கண்டித்த சித்தர்கள், மனிதர்களிடையே சமத்துவத்தை வலியுறுத்தினர்.

"பறைச்சியாவது ஏதடா? பணத்தியாவது ஏதடா
இறைச்சி தோல் எலும்பிலும் இலக்கமிட்டு இருக்குதோ
பறைச்சி போகம் வேறதோ? பணத்திபோகம் வேறதோ?
பறைச்சியும் பணத்தியும் பகுத்துப்பாரும் உம்முள்ளே"

இங்கு பணத்தி என்ற சொல் பார்ப்பனத்தியைக் குறிக்கும். உடல்களைச் சாதிரீதியில் பேதப்படுத்தி அடக்கியொடுக்குவது அர்த்தமற்றது என்று குறிப்பது மட்டும் சிவவாக்கியரின் நோக்கமல்ல. ஆதிக்க சாதியினர் ஒடுக்கப்பட்ட, தீண்டத்தகாதவர்களாக ஒதுக்கப்பட்ட பெண்ணுடல்களுடன் உடலுறவு கொள்ளும்போது, அதில் சாதி அடையாளம், எங்கே போனது என்ற கேள்வியும் தொக்கியுள்ளது. பாம்பாட்டிச் சித்தரின்,

"சாதிப்பிரிவினிலே தீயை மூட்டுவோம்
சந்தை வெளியினிலே கோலை நாட்டுவோம்"

என்ற பாடலில் நால் வருணப் பாகுபாட்டிற்கு எதிரான மனநிலை, துல்லியமாக வெளிப்பட்டுள்ளது.

பெண்ணை மாயப்பிசாசு எனவும், பெண்ணுடல்களைக் கேவலமானதாகவும் பெண்ணுடனான பாலுறவை மோசமானதாகவும் சித்திரிக்கும் சித்தர்களின் பாடல்கள் கவனத்திற்குரியன. குறிப்பாகப் பிற்காலப் பட்டினத்தார் பாடியுள்ள 'எத்தனைபேர் தொட்ட முலை'

போன்ற பாடல் வரிகள், முழுக்கப் பெண்ணின் இருப்பைக் கேவலப் படுத்துகின்றன. அவை, ஆண் மேலாதிக்க மனநிலையின் வெளிப்பாடுகள்.

கல்வியறிவு என்பது போன நூற்றாண்டின் முற்பகுதியில்கூட விளிம்பு நிலையினருக்கு மறுக்கப்பட்டிருந்த தமிழகச் சூழலில், அவர்கள் காலந்தோறும் பட்ட துயரங்கள் செவ்வியல் இலக்கியத்திலும் பக்தி இலக்கியத்திலும் பெரிய அளவில் பதிவாகியிருக்கவில்லை. ஒடுக்கப்பட்டோர் பற்றிய பிம்பங்கள், கருத்துகள் மேலோட்டமான நிலையில் ஆங்காங்கே சில படைப்புகளில் இடம்பெற்றுள்ளன. நால் வருணப் பாகுபாட்டின் வரம்பினுக்குட்படாத தீண்டத்தகாதவர், மேல் சாதியினர் இலக்கியப் படைப்புகளில் இடம்பெறாதது நுண்ணரசியல் சார்ந்தது. பிறப்பு, பால் அடிப்படையில் ஒடுக்கப்பட்ட உடல்களின் விடுதலைக் குரல்களை முதன்முதலாகச் சித்தர் பாடல்களில் தான் கேட்க முடிகின்றது. அவை, ஆவேசமான மொழியில் இதுவரை சமயரீதியில் புனையப்பட்ட கற்பிதங்களைத் தகர்த்தெறிகின்றன. புதிய மொழியில் சொல்லாடலைத் தொடங்குகின்றன.

(உயிர் எழுத்து, 2011, மே)

பழந்தமிழ் இலக்கியத்தில் அரவாணிகள்

இயற்கையின் விநோதங்களும் சூட்சுமங்களும் அளவற்றவை. பேரண்டத்துடன் ஒப்பிடும்போது மனித இருப்பு புள்ளியாகச் சுருங்கி விடும். மனிதகுல வரலாறு என்பது இயற்கையை விளங்கிக்கொள்ள முயலும் முயற்சிதான். எல்லாவற்றையும் பாகுபடுத்தி, துல்லியமாக அறிந்துகொள்ள விழையும் மனித மனம் புனையும் புனைவுகள் பெருகிக்கொண்டே இருக்கின்றன. பொதுப்புத்தி சார்ந்த நிலையில் உருவாக்கப்படும் கற்பிதங்களுக்கு அப்பால், வேறு ஒன்று ஸ்தூலமாக இருப்பதுதான் உண்மை. மனிதனின் தொடக்ககால அறிதலே தனது உடலைக் கண்டறிய முயன்றதிலிருந்து தொடங்குகிறது. உடல் உறுப்புகள் பற்றிய பிரக்ஞை காரணமாகவே ஆண், பெண் எனப் பால் பாகுபாடு தோன்றியது. பெண் என்ற சொல், 'பிளவு' என்ற சொல்லிலிருந்து உருவாகியிருக்க வேண்டும் என்று கருதப்படுகின்றது. ஐந்து வயதான பெண் குழந்தைக்கு ஆண் குழந்தையின் சிறிய ஆண்குறி, வால் போலத் தோன்ற வாய்ப்புண்டு. எனினும் சமூக வளர்ப்பு, குடும்பம் காரணமாகக் குழந்தைகள் ஆண், பெண் என்ற பேதத்துடன் எதிரிணையாக வளர்க்கப் படுகின்றன. ஆண் மேலாதிக்கச் சமூகத்தில் வாழ நேரிடும் குழந்தை களுக்கு, ஆண் எனில் மேன்மை, பெண் எனில் தாழ்வு என நடைமுறை வாழ்க்கை கற்பிக்கின்றது. ஆணுக்கான செயல், வேலை, தோற்றம் முற்றிலும் பெண்ணிடமிருந்து மாறுபாடானது என்ற புரிதலுடன் வளரும் குழந்தைகளின் மனதில் 'பால் பாகுபாடு' வலுவடைகிறது. இத்தகைய சூழலில் ஆண் உடலில் பெண் அல்லது பெண் உடலில் ஆண் என்ற நிலையை உள்வாங்கிக்கொள்வதில் பிரச்சனை ஏற்படுகின்றது. ஆண் X பெண் என்ற எதிரிணையைச் சிதைத்து, இரண்டும் கலந்த உடலினை எதிர்கொள்வதில் மரபு வழிப்பட்ட சமூகம் குழம்புகிறது.

பெண்ணுக்குள் ஆண், ஆணுக்குள் பெண் என்ற கருத்தியல் சாதாரணமானது. பொதுவாக, எல்லாப் பெண்களிடமும் ஏதோ ஓர் அளவில் ஆண் தன்மையும், எல்லா ஆண்களிடமும் ஏதோ ஓர் அளவில் பெண் தன்மையும் இருக்கின்றன. பால்ரீதியில் நூற்றுக்கு நூறு என்பது முழுக்கக் கற்பனை. பெண்ணின் வயிற்றில் கருவாகி வெளியே வரும் எந்தவொரு குழந்தையிடமும் எப்படியும் பெண் சாயல் நிச்சயம் இருக்கும். ஒருக்கால் ஆணின் வயிற்றில் கருவாகி உருவாகும் ஆண் குழந்தை எனில் முழுக்க ஆண் தன்மையுடன் இருக்க வாய்ப்புண்டு.

மக்களைப் பெரிய அளவில் கவர்ந்திடும் ஆண் நடிகர், பாடகர், தலைவர், சாமியார் போன்றோரின் உடல்கள் கணிசமாகப் பெண் தன்மையில் தோய்ந்திருக்கும். சமூகத்தில் பிரபலமான பெண்ணுடலில் ஆண் தன்மை மெலிதாகப் பொதிந்திருக்கும். எனினும் உடல்களை முன்னிறுத்தி ஆண், பெண் என அரசியலை உருவாக்குவது பழங்காலத்திலேயே தொடங்கிவிட்டது. மறுஉற்பத்தியில் ஈடுபடும் வல்லமை மிக்க பெண்ணால் உருவாக்கப்பட்ட குடும்பம், காலப்போக்கில் பெண்ணுடல் காரணமாக அவளை அடக்கியொடுக்கத் தொடங்கியது. இந்நிலை இன்று வரை தொடர்கின்றது. இத்தகு சூழலில், ஆணும் பெண்ணும் கலந்த உடல்களைத் தமிழ்ச் சமூகம் எங்ஙனம் எதிர்கொண்டது என்பது முக்கியமான கேள்வி.

மனித உடல் என்பது ஆன்மிகத் தேடலுக்குத் தடை என வைதிக சநாதன சமயம் போதித்தது. உடலைக் கடப்பதற்கான முயற்சியுடன் பிறவியைக் கேவலமாகக் கருதும் மனப்போக்கு நிலவியது. மனித உடல், புலன்களின் வழியாக அடையும் கொண்டாட்டங்களும் வலிகளும் ஏராளம். புலன்களை ஒடுக்குதலை முதன்மைப்படுத்தும் சமய மேலாதிக்கம், உடலை வற்புறுத்துவதன் மூலம் ஈடேற முடியும் எனக் கற்பித்தது. தவம், விரதம், வேண்டுதல் மூலம் உடல்கள் சித்ரவதைக் குள்ளாக்கப்படுகின்றன. மறு உற்பத்திக்கு ஆதாரமாக இயற்கையாக உடலில் தோன்றும் பாலியல் விழைவினைச் சிற்றின்பம் எனக் கேவலமாக ஒதுக்குவது கற்பிக்கப்பட்டது. இதனால் பாலியல் வேட்கையைத் துய்க்கும் உடல்கள், ஒருநிலையில் குற்ற மனநிலைக் குள்ளாகின. பூமியில் மனித உடல்கள் இயல்பாக நுகர வேண்டிய வற்றை மறுதலித்துவிட்டு, அப்பாலை உலகம் பற்றிய கற்பனையை முதன்மைப்படுத்துவது ஆதிக்க அரசியல் சார்ந்தது. ஆண் உடலுக்கான கொண்டாட்டம் தவறு என்ற போதனையில், பெண்ணுடல், அரவாணி உடல் பற்றிய பேச்சுக்கே இடமில்லை. உடலை அடக்கியொடுக்கி, வருத்தி இருத்தலே 'வீடுபேறு' அடைதலுக்கான வழி என்ற போதனையில், பெண் மனம் கொண்ட ஆண் உடல் அல்லது ஆண் மனம் கொண்ட பெண்ணுடல் பட்ட வேதனைகள், மகிழ்வுகள் முற்றிலும் புறக்கணிக்கப் பட்டன. உடலைக் கேவலமாகக் கருதும் பொதுப்புத்தி நிலவும் தமிழ்ச் சமூகத்தில், உடலே முதன்மைப் பிரச்சினையாகக் கொண்டுள்ள அரவாணிகளுக்கான சமூக வெளி மிகக் குறுகியது. அதிலும் ஆண் மேலாதிக்கம் நிலவும் சூழலில், அரவாணிகளை மிகக் கேவலமாகக் கருதும் போக்குதான் நிலவுகிறது. அவர்களை மனித உயிராகக்கூட கருதவில்லை என்பதுதான் கசப்பான உண்மை.

ஏதோ ஒரு குழந்தை வளர்ச்சியடையும்போது, ஒரு காலகட்டத்தில் உடல், மனரீதியில் அரவாணிக்கான அடையாளங்களைப் பெறுகின்றது. ஒட்டுமொத்த சமூகம், அரவாணியைக் கேவலமாகவும் இழிந்தவர்களாகவும் நடத்துவதை நேரில் கண்டும், அரவாணியாகத் தன்னை உணரும் உடலின் தீவிரம் குறைவதில்லை. ஆண் x பெண் என்ற எதிரிணைக்கு மாற்றாக இயற்கை படைத்திருக்கும் அரவாணி எல்லோரையும் போலவே வாழ்வதற்கான எல்லா உரிமையும் பெற்றிருக்கிறாள்/து. அரவாணியின் தோற்றம், நடை, உடை, பாவனை பற்றி, கி.பி 14-ஆம் நூற்றாண்டில் எழுதப்பட்ட திவாகர நிகண்டு விரிவான குறிப்பு தந்துள்ளது.

பேடி இலக்கணம் பேசுங்கலை
நச்சுப் பேசலும் நல்லுரை ஓர்தலும்
அச்சு மாறியும் ஆண் பெண் ஆகியும்
கைத்தலம் ஒன்றைக் கடுக வீசியும்
மத்தகத்து ஒருகை மாண்புற வைத்தலும்
விலங்கி மிதித்தும் விழிவேறு ஆகியும்
துளங்கித் தூங்கிச் சுழன்று துணிந்தும்
நாக்கு நாணியும் நடம்பல பயின்றும்
பக்கம் பார்த்தும் பவ்வி திருத்தியும்
காரணம் இன்றிக் கதம்பல கொண்டும்
வார் அணி கொங்கையை வலிய நலிந்தும்
இரங்கியும் அழுதும் அயர்ந்தும் அருவருத்தும்
குரங்கியும் கோடியும் தோதுகள செய்தும்
மருங்கில் பாணியை வைத்தும் வாங்கியும்
இரங்கிப் பேசியும் எல்லேல் என்றும்
இன்னவை பிறவும் இயற்றுதல் இயல்பே   (திவாகர நிகண்டு)

அரவாணியின் தோற்றம், இயல்பு, பேச்சு பற்றி திவாகர நிகண்டு தந்துள்ள விளக்கம் நுட்பமான பதிவாகும்.

சூடாமணி நிகண்டு, அரவாணி குறித்துத் தரும் விளக்கம் பின்வருமாறு:

பெண்டகன் - பெண் தன்மை மிக்கவன்

பேடி - ஆண் தன்மையற்ற பெண்ணுருவம் மிக்கவன்

நபுஞ்சகன் - ஆண் பெண் அல்லாதது

சண்டன் - பால் உணர்வற்றவன்

ஆண் தன்மை மிக்க பெண்ணைப் 'பேடன்' என்ற சொல்லால் பிங்கல நிகண்டு குறிக்கின்றது. தமிழில் ஆய்த எழுத்தைப் பேடி யெழுத்து எனக் குறிக்கும் வழக்கம் உள்ளது.

வரலாற்றுப் பாரம்பரியமுடைய தமிழர் வாழ்க்கையானது காலந்தோறும் பல்வேறு மாற்றங்களை எதிர்கொண்டுள்ளது. வைதிக சநாதன சமய மேலாதிக்கம் காரணமாகப் பிறப்பின் அடிப்படையில் உடல்கள் தீட்டாகக் கருதி ஒதுக்கப்பட்டன. சுத்தம் x அசுத்தம் என்ற நிலையில் பெண்ணுடல்களும் தீட்டாக்கப்பட்டன. விளிம்பு நிலையினர் சமூகப் பொதுவெளியில் பங்கேற்பதற்கு அனுமதி மறுக்கப் பட்டிருந்தது. இத்தகைய சூழலில், தமிழ்ச் சமூகத்தில் சிறிய குழுவினரான அரவாணிகள் அடையாளம் எதுவுமற்ற நிலையில் முழுக்கப் புறக்கணிக்கப் பட்டனர். கல்வி என்பது உயர் சாதியினருக்குரியதாக ஒதுக்கப்பட்ட நிலையில், விளிம்பு நிலையினரான அரவாணி, பெண்கள், தலித்துகள் போன்றோருக்குக் கல்வி கற்றல் உரிமை மறுக்கப்பட்டிருந்தது. இதனால் அரவாணிகளின் கொண்டாட்டமும் வலியும் இலக்கியப் படைப்புகளில் பதிவாக்குவதற்கான சாத்தியம் இல்லாமல் போனது. பழந்தமிழ் இலக்கியப் பரப்பில் அரவாணிகளின் குரல் அல்லது அரவாணிகளுக்கு ஆதரவான குரல் என்றோ எதுவுமில்லை. இலக்கண விளக்கத்திலும் இலக்கிய விவரிப்பிலும் தகவலாகப் பதிவாகியுள்ளவற்றிலிருந்து அரவாணி பற்றிய விளக்கங்களைத் தொகுக்க வேண்டியுள்ளது. சங்க காலத்திலிருந்து தமிழகத்தில் அரவாணிகள் தொடர்ந்து வாழ்ந்துவருகின்றனர் என்பதற்கான சான்றுகளை இலக்கியப் படைப்புகளிலிருந்து அறிய முடிகிறது.

பண்டைய இலக்கண நூலான தொல்காப்பியத்தில் சொற்களை அமைத்துப் பொருள் கொள்ளுதல் பற்றிக் குறிப்பிடுகின்ற தொல் காப்பியர், உயர்திணை, அஃறிணை என இரண்டாகப் பாகுபடுத்தி யதுடன், பேடியும் தெய்வமும் உயர்திணையில் அடங்கும் என்கிறார்.

பெண்மை சுட்டிய உயர்திணை மருங்கின்
ஆண்மை திரிந்த பெயர்நிலைக் கிளவியும்
தெய்வஞ் சுட்டிய பெயர்நிலைக் கிளவியும்
இவ்வென அறியுமந் தந்தமக் கிலவே
உயர்திணை மருங்கிற் பால்பிரிந் திசைக்கும்

(தொல்காப்பியம்,சொல்லதிகாரம், சூத்திரம்: 4)

'பெண் பால் என்று கருதுவதற்குக் காரணமான ஆணுக்குரிய ஆண் தன்மை திரிந்த' எனக் குறிப்பிடப்படும் அரவாணி வந்தான்/வந்தாள்/ வந்தார் எனக் கூற வேண்டும் என இலக்கணம் வகுக்கப்பட்டுள்ளது.

'பெண்மை சுட்டிய' என்ற சொல்லுக்கு அலியன்று எனவும் 'ஆண்மை திரிந்த' என்ற சொல்லுக்கு பெண்ணன்று எனவும் உரையாசிரியர் சேனாவரையர் விளக்கம் தந்துள்ளார். மேலும் எடுத்துக்காட்டில் பேடி, பேடியர் என்ற சொற்களைப் பயன்படுத்தி அரவாணியைக் குறித்துள்ளார்.

ஆண்மை திரிந்த பெயர்நிலைக் கிளவி
ஆண்மை அறிசொற் காகிட னின்றே.
(தொல்காப்பியம், சொல்லதிகாரம், சூத்திரம்: 12)

ஆண் தன்மை திரிந்து பெண்மை நோக்கிய பெயர்ச்சொல், ஆணை அறிவிக்கும் இறுதி எழுத்துடன் பொருந்தாது என்று விளக்கும் உரையாசிரியர் இளம்பூரணார், அச்சொல் சிறுபான்மையாகப் 'பேடி வந்தான்' எனவும் வர வாய்ப்புண்டு என்கிறார். ஆண் தன்மையிலிருந்து திரிந்தவர்களைப் பெண் பாலினுள் சேர்க்க வேண்டும் என்பது தொல்காப்பியரின் கருத்தாக உள்ளது.

அரவாணி வந்தாள்/அரவாணி வந்தான்/அரவாணி வந்தார் ஆகிய மூன்று வாக்கியங்களில் எதைச் சரியெனக் கொள்வது என ஆராயப் புகுந்த தொல்காப்பியருக்கு அரவாணி வந்தாள் என்பதே சரியென்ற முடிவுக்கு வந்துள்ளார். எனவே, மனத்தாலும் உடலாலும் தன்னைப் பெண்ணாக நினைத்துச் செயற்படும் ஆணைப் பெண் எனக் கொள்ள வேண்டும் என்ற தொல்காப்பியரின் கருத்து ஏற்புடையதே.

கி.பி 12-ஆம் நூற்றாண்டில் எழுதப்பட்ட இலக்கண நூலான நன்னூலில் அரவாணி பற்றிய குறிப்புகள் உள்ளன.

பெண்மைவிட்டு ஆண் அவா வுவபேடு ஆண்பால்
ஆண்மைவிட்டு அல்லது அவாவுவ பெண்பால்
இருமையும் அஃறிணை அன்னவும் ஆகும்
(நன்னூல், சூத்திரம்:264)

பெண் தன்மையைவிட்டு ஆண் தன்மையை விரும்புகிற 'பேடு' ஆண்பாலாகும். ஆண் தன்மையைவிட்டுப் பெண் தன்மையை விரும்புகின்ற 'பேடு' பெண்பாலாகும். இவ்விரு வகையான பேடுகளும் அஃறிணையாகவும் வரும். ஆண்மை குறைந்து பெண்மை மிகுந்திருப்பவர் 'பேடி' எனவும், பெண்மை குறைந்து ஆண்மை மிகுந்திருப்பவர் 'அலி' எனவும் குறிக்க வேண்டும் என்பது உரையாசிரியர் கருத்து.

நன்னூலார் உயர்திணையில் ஆண் பெண் ஆகியோரை அடக்கி விட்டு, புறனடையாக அரவாணிகளைப் பற்றிக் குறிப்பிடும்போது, பிறப்பினால் ஆண் ஆன ஒருவனுக்கு பெண் தன்மை மிகுந்தால், பெண் எனக் கருத வேண்டும் எனவும், பிறப்பினால் பெண் ஆன ஒருத்திக்கு ஆண் தன்மை மிகுந்தால் ஆண் எனக் கருத வேண்டும் எனவும் வரையறுத்துள்ளார். இலக்கண அடிப்படையில் சொல்லாராய்ச்சியில் ஈடுபட்ட இலக்கணக்காரர்கள், ஆண், பெண் என்ற இரு பாலினங்களுக்கு அப்பால் மூன்றாம் பாலினமாக அரவாணியை ஏற்றுக்கொண்டுள்ளனர்.

இனக்குழுச் சமூக வாழ்க்கை சிதைவடைந்து அரசு தோன்று வதற்கான சாத்தியப்பாடுகள் வலுவடைந்த சங்க காலத்தில், வீரமும் காதலும் முன்னிலைப்படுத்தப்பட்டன. குடிகளாக வாழ்ந்த தமிழரிடையே உமணர், கொல்லர், குயவர், புலையர், புலவர், குறவர், எயினர் போன்ற பலரும் ஒத்திசைந்து வாழ்ந்தனர். யாரும் இழிவானவர்களாகக் கருதப் படவில்லை. புறநிலையில் நிலத்தைத் துய்ப்பதும், அகநிலையில் பெண்ணுடலைத் துய்ப்பதும் ஆணுக்கான அடையாளமாக வலியுறுத்தப் பட்ட நிலையில், அரவாணி போன்ற விளிம்பு நிலையினர் பாடு பொருளாக அமையும் வாய்ப்புக் குறைவு. இல்லாவிடில் அத்தகைய பாடல்கள் தொகுப்பாளர்களால் புறக்கணிக்கப்பட்டிருக்க வேண்டும்.

பேடிப் பெண்கொண்டு ஆடுகை கடுப்ப

(அகநானூறு, பா எண்: 206)

என்ற பாடல் வரியானது, 'கள் குடித்து மகிழ்வுடன், பேடிப் பெண் உருவத்துடன் கூத்தாடுகிறவன் பின்சென்று' என்ற பொருளைத் தருகின்றது. சங்க காலத்தில் பேடி எனப்பட்ட அரவாணி, பொது இடத்தில் கூத்தாடுவது நடைபெற்றது என்று அறிய முடிகின்றது. சங்க இலக்கியத்தில் அரவாணி பற்றிய தகவல் இடம்பெறாமைக்கு, அன்றைய வீரயுக மனநிலையும் காரணமாக இருக்க வாய்ப்புண்டு.

பதினெண் கீழ்க்கணக்கு நூல்களில் ஒன்றான திருக்குறளில் அரவாணி பற்றிய தகவல்கள் இடம்பெற்றுள்ளன. அறத்தை முன்னிறுத்திய அற நூல்களில் அரவாணியை இழிவாகக் கருதும் போக்கு பதிவாகியுள்ளது.

பகையகத்துப் பேடிகை ஒள்வாள் அவையகத்து
அஞ்சும் அவன்கற்ற நூல். (திருக்குறள் : 727)

அவையினில் அஞ்சுகின்றவன் கற்ற நூல், பகைவரின் நடுவில் அஞ்சுகின்ற பேடியின் கையில் இருக்கும் கூர்மையான வாள் போன்றது.

தாளாண்மை இல்லாதான் வேளாண்மை பேடிகை
வாளாண்மை போலக் கெடும். (திருக்குறள் : 614)

முயற்சி இல்லாதவன் பிறருக்கு உதவி செய்ய முயலுவது, பேடி தன்னுடைய கையில் வாளை எடுத்து ஆண்மையைக் காட்டுவது போன்றதாகும்.

அரவாணியினால் வாளை ஏந்திப் பகைவருடன் போரிட முடியாது என்ற கருத்தானது வள்ளுவரால் இழிவுப் பொருளில் கையாளப் பட்டுள்ளது. மகப்பேறு, குழந்தை வளர்ப்பு, கணவனுக்காகக் காத்திருத்தல், வீட்டு வேலைகள் எனப் பெண்ணின் இயக்கம், குடும்பம் என்ற அலகினுக்குள் சுற்றிவரும் வேளையில் சண்டை, போர், கொலை போன்றவற்றைப் பெண்கள் இன்றளவும் புறக்கணித்து வருகின்றனர். மறுஉற்பத்தியில் ஈடுபடும் ஆற்றல் வாய்ந்த பெண், இயற்கையோடு இயைந்த நிலையில் பேராற்றல் மிக்கவள். சமூக மதிப்பீட்டில் ஆண் உருவகிக்கும் வீரம் பற்றிய புனைவுகளைப் பெண் புறந்தள்ளுகிறாள். உடலால் ஆணாக இருப்பினும் மனத்தாலும் செயலாலும் பெண்ணாக இருக்கும் அரவாணியின் இயல்பானது, பெரும்பாலும் பெண்ணை ஒத்ததுதான். எனவேதான், அறிவுத்திறன் மிக்க அரவாணிகள் சண்டை சச்சரவிலிருந்து ஒதுங்கியே வாழ்கின்றனர். இத்தகைய அரவாணி, கையில் வாள் ஏந்திப் போரிட அஞ்சும் கோழை என்ற பொதுப்புத்தியை உவமை நிலையில் திருவள்ளுவர் தனது குறள்களில் கையாண்டுள்ளார்.

முற்பிறவியில் தீய செயல் செய்த ஆண், இப்பிறவியில் அரவாணியாகப் பிறப்பான் என்று நாலடியார் பாடல் குறிக்கின்றது.

செம்மையொன் றின்றிச் சிறியார் இனத்தராய்க்
கொம்மை வரிமுலையால் தோள்மரீஇ - உம்மை
வலியால் பிறர்மனைமேல் சென்றாரே இம்மை
அலியாக ஆடிஉண் பார். (நாலடியார் பா.எண் 85)

போன பிறவியில் தனது வலிமையினால் நல்லொழுக்கம் இன்றி, பிறர் மனைவியான அழகிய கோலம் எழுதப்பட்ட முலைகளுடையவளின் தோளைச் சேர விரும்பிச் சென்றவரே இப்பிறவியில் அலியாகிக் கூத்தாடி உண்டு வாழ்வார்.

அரவாணியைக் குறிக்கும் பேடி என்ற சொல், அலி என்ற வசைச் சொல்லாக மாற்றமடைந்துள்ளது. மேலும், அலியாகப் பிறப்பது இயற்கையின் விநோதம் என்ற நியதியை மறுத்துவிட்டு, பாவச் செயலுக்கான தண்டனை என்ற புதிய அறத்தை நாலடியார் குறிக்கின்றது. அரவாணி தனது வயிற்றுப்பாட்டுக்காக கூத்தாடிப் பிழைக்கவேண்டிய நிர்பந்தம் அன்றைய காலகட்டத்திலேயே தொடங்கிவிட்டது என்பதையும் இப்பாடலின் மூலம் அறிய

முடிகின்றது. சமூக மதிப்பீட்டில் அரவாணியின் பிறப்பானது தீவினைப் பயன் என்ற புதிய கருத்து ஏற்பட்டதற்கான காரணங்கள் ஆய்விற்குரியன.

நுண்ணுணர்வு இன்மை வறுமை அஃதுடைமை
பண்ணப் பணைத்த பெருஞ்செல்வம் - எண்ணுங்கால்
பெண்ணவாய் ஆணிழந்த பேடி அணியாளோ
கண்ணவாத் தக்க நலம்.   (நாலடியார் பா.எண் 251)

மனிதர்க்கு அறிவின்மை வறுமை. அறிவுடைமை பெரும் செல்வம். பெண் தன்மை மிகுதியாகி ஆண் தன்மை குறைந்த பேடி கண்களைக் கவரும் அணிகலன்களை அணிய மாட்டாளோ? அணிந்து கொள்வாள்.

அறிவில்லாதவன் வைத்திருக்கும் அளவற்ற செல்வம், அரவாணி அணிந்திருக்கும் அழகிய அணிகலன்கள் போன்றது என இழிவுப் பொருளில் அரவாணியின் தோற்றம் விமர்சனப்படுத்தப்பட்டுள்ளது.

நீதியைப் போதிக்கும் 'முதுமொழிக் காஞ்சி' என்ற அறநூல் சித்தரிக்கும் பேடி பற்றிய மதிப்பீடு, இழிவானதாக உள்ளது.

கழிதறு கண்மை பேடியின் துவ்வாது
        (முதுமொழிக் காஞ்சி, துவ்வாப்பத்து, பா.எண் : 2)

அஞ்சவேண்டிய இடத்தில் அஞ்சாமல் பிறரை வருத்துகின்றவர், பேடியைக் காட்டிலும் கீழானவர். தனிமனிதனின் இயல்பு அல்லது தவறான செயல் குறித்து இடித்துரைக்க முயலுகையில், கீழான நிலையில் அரவாணியை வைத்து, அவருடன் ஒப்பிட்டுச் சொல்லப்பட்ட அறிவுரை, அரவாணி பற்றிய சமூக மதிப்பீடாக உள்ளது. பேடி எனப்படும் அரவாணியால் யாருக்கும் எந்தத் தீங்கும் ஏற்படாத நிலையில், மோசமான செயலைச் செய்யும் நபரைக் கண்டனம் செய்ய அரவாணியைப் பயன்படுத்தியுள்ளது, அன்றைய சூழலின் வெளிப்பாடாகும்.

தமிழில் காப்பியம் செழித்தோங்கிய காலகட்டத்தில், ஏற்கெனவே நிலவிய குறுநில அரசுகள் சிதைவடைந்து, மூவேந்தர் எனப்படும் சேர, சோழ, பாண்டிய அரசுகள் வலுவடைந்தன. தொடர்ச்சியான போர்களின் மூலம் நிலமானது பேரரசின் ஆளுகைக்குக் கீழ் கொண்டுவரப்பட்டது. ஜைன,பௌத்த சமயங்கள் செல்வாக்குப் பெற்றன. அச் சமயங்களின் கருத்துகளுக்கு முன்னுரிமை தரும் சிலப்பதிகாரம், மணிமேகலை, சிந்தாமணி, குண்டலகேசி, நீலகேசி போன்ற காப்பியங்கள் வெளியாகின.

அன்றைய காலகட்டத்தில் அரவாணிகள், மன்னர்கள் வாழும் அரண்மனைகளில் பணிமகளிராக வாழ்ந்துவந்தனர்; அரசியருக்குத் தோழியராகவும் விளங்கினர் என காப்பியங்கள் மூலம் அறிய முடிகிறது.

சிலப்பதிகாரத்தில் சேர மன்னரான செங்குட்டுவனின் பட்டத்தரசி வேண்மாள், நிலவின் எழிலைக் காண நிலாமுற்றத்திற்கு வருகின்றாள். அப்பொழுது அவளுக்குப் பல்லாண்டு கூறி வரவேற்கின்றனர் பணியாளர்கள். அக்காட்சி பற்றிய சித்திரிப்பு பின்வருமாறு:

....

வதுவை வேண்மாள் மங்கல மடந்தை
மதி ஏர் காணிய வருவழி
எல்வளை மகளிர் ஏந்திய விளக்கம்
பல்லாண்டு ஏத்தப் பரந்தன ஒருசார்
மண்கணை முழவும் வளர்கோட்டு யாழும்
பண் உனி பாடலும் பரந்தன, ஒருசார்
மான்மதச் சாந்தும் வரிவெண் சாந்தும்
உனும் குறளும் கொண்டன, ஒருசார்
வண்ணமும் அண்ணமும் மலர்பூம் பிணையலும்
பெண் அணிப் பேடியர் ஏந்தினார், ஒருசார்

(சிலப்பதிகாரம், நடுகல்காதை : வரி:51-60)

வளையல் அணிந்த மகளிர் ஏந்திய விளக்கொளி ஒருபுறம் பரவியது. மத்தளமும் யாழும் எழுப்பிய இசையுடன் பண் கனிந்த பாடல் ஒருபுறம் பரவியது. கத்தூரிச் சாந்தும், தொய்யில் எழுதுவதற்கான சாந்தும் ஏந்திய உனரும் குறளரும் ஒருபுறம் நின்றனர். வண்ணக் குழம்புகளையும், நறுமணம் மிக்க சுண்ணப் பொடிகளையும் மலர்ந்த மலர் மாலைகளையும் ஏந்தியவராகப் பெண் தன்மை மிக்க பேடியர் ஒருபுறம் நின்றனர். அன்றைய சமூகம் அரவாணிகளைப் புறக்கணிக்க வில்லை என்பதற்கு இப்பாடல் வரிகள் சான்றாக விளங்குகின்றன. அரவாணிகள் பொதுச் சமூகத்தில் அங்கீகரிக்கப்பட்ட நிலையை அறிய முடிகிறது.

சிலப்பதிகாரம், நீர்ப்படைக் காதையில், கனக விசயருக்கு எதிரான போரில் வென்ற சேர மன்னன், தோற்ற பகை மன்னர்களையும், கனக விசயரையும், ஆரியப் பேடிகளையும் சோழ, பாண்டிய மன்னர்களிடம் காட்டி வருமாறு ஆணையிடுகிறான். அப்பொழுது, இளங்கோ வருணிக்கும் பேடி பற்றிய தோற்றம் முக்கியமானது.

அரிபரந்து ஒழுகிய செழுங்கயல் நெடுங்கண்
விரிவெண் தோட்டு வெண்நகை துவர்வாய்
சூடக வரிவளை ஆடுஅமைப் பணைத்தோள்
வளர்இள வனமுலை தளிர்இயல் மின்னிடை
பாடகச் சீறடி ஆரியப் பேடியோடு

(சிலப்பதிகாரம், நீர்ப்படைக்காதை: வரி: 182-186)

செவ்வரி படர்ந்த செழுமையான கயல்மீன் போன்ற நீண்ட கண்களும், மலர்ந்த வெள்ளிய மலர் மாலையும், வெண்பற்களும், பவழவாயும், கையில் அணிந்த சூடகம் என்ற வளையும் அசைகின்ற மூங்கிலையொத்த பருத்த தோள்களும் வளர்கின்ற இளமையும் வனப்பும் மிக்க முலையும் தளிர்நடையும், மின்னல் இடையும் சிலம்பணிந்த சிற்றடியை உடைய ஆரிய நாட்டுப் பேடி என விவரிக்கப் படும் பேடியின் அழகும் தோற்றமும் கவனத்திற்குரியன. இங்கு குறிப்பிடப்படும் ஆரியப் பேடி என்பது, போரில் தோற்றுப் பேடி வேடமணிந்து தப்பியவர்களைக் குறிக்கும் என உரையாசிரியர்கள் கருதுகின்றனர். வளர்கின்ற வனப்பான இளமுலை, பேடி வேட மணிந்தவருக்கு ஏற்பட வாய்ப்பில்லை பேடி போன்ற நடை, பாவனை போன்றவையும் வர வாய்ப்பில்லை; வடபுலத்திலிருந்து அழகிய அரவாணிகளைச் சேர மன்னன் தமிழகத்திற்குக் கொண்டு வந்தான் என்ற கருத்தே ஏற்புடையது. அன்றைய காலகட்டத்தில், அரண்மனைகளில் அரவாணிகள் ஏற்கப்பட்டு அனுமதிக்கப்பட்டிருந்தனர் என்பதற்கு இப்பாடல் வரிகள் ஆதாரமாக உள்ளன.

கடலாடு காதையில், மாதவி ஆடிய பதினொரு வகை ஆடல்களில் பேடி ஆடலும் ஒன்று.

ஆண்மை திரிந்த பெண்மைக் கோலத்துக்
காமன் ஆடிய பேடி ஆடலும்

(சிலப்பதிகாரம், கடலாடு காதை.வரி:56-57)

அநிருத்தனைச் சிறை மீட்பதற்காக, வாணாசுரனுடைய 'சோ' நகரத்துத் தெருக்களில் மன்மதன், ஆண்மைத் தன்மையிலிருந்து வேறுபட்டுப் பெண்மைக் கோலத்துடன் ஆடிய ஆடல், பேடிக் கூத்து எனப்படுகிறது. புராணக் கதையெனினும் ஆண், பெண்மைக் கோலத்துடன் ஆடும் பேடிக் கூத்து வழக்கிலிருந்ததைச் சிலப்பதிகாரம் மூலம் அறிய முடிகின்றது.

மணிமேகலை காப்பியத்தில், மணிமேகலை மலர் கொய்யச் செல்லும்போது, அவளது அழகைக் காணும் ஆடவரின் செயல் பற்றிய விவரிப்பு குறிப்பிடத்தக்கது.

> ஆடவர் கண்டால் அகற்றலு முண்டோ
> பேடிய ரன்றோ பெற்றியின் நின்றிடின்
> (மணிமேகலை, மலர்வனம் புக்க காதை, பா வரி: 24-25)

மணிமேகலையின் பேரழகைக் கண்ட ஆடவரால் கண்களைத் திருப்ப முடியாது. அவளைக் கண்ட பிறகு ஒருவன் இயல்பாக இருந்தால், அவன் பேடி ஆவான் என்று சுதமதி குறிக்கின்றாள். ஆடவரை மயங்கச்செய்யும் பெண்ணின் பேரழகு, பேடியருக்கு ஒரு பொருட்டாகாது என்பதை இவ்வரிகள் புலப்படுத்துகின்றன. பால்ரீதியாகப் பேடிக்குப் பெண்ணின் மீது பால்வேட்கை இல்லை என்பது முக்கியமான தகவல்.

மணிமேகலை தனது தோழி சுதமதியுடன் மலர் கொய்யச் செல்லும்போது, வீதியில் நடைபெறும் பல்வேறு காட்சிகளைக் காண்கிறாள். அவற்றில் ஒன்று பேடியின் ஆடல். பேடியின் தோற்றத்தைச் சாத்தனார் நுணுக்கமாக வருணித்துள்ளார்.

> பவளச் செவ்வாய் தளவளாள் நகை
> ஒள் அரி நெடுங்கண் வெள்ளி வெண்தோட்டு
> கருங்கொடிப் புருவத்து மருங்கு வளைபிற நுதல்
> காந்தள் அம்செய்கை ஏந்து இளவனமுலை
> அகன்ற அல்குல் அம்நுண் மருங்குதல்
> இதந்த வட்டுடை எழுதுவரி கோலத்து
> வாணன்பேர் ஊர் மருவிடைத் தோன்றி
> நீள்நிலம் அளந்தோன் மகன்முன் ஆடிய
> பேடிக்கோலத்துப் பேடு காண்குநரும்
> (மணிமேகலை, மலர்வனம் புக்க காதை, பா.வரி: 117-125)

பவளம் போன்ற சிவந்த வாய், ஒளி தவழும் எயிறு, செவ்வரி படர்ந்த நீண்ட விழிகள், வெண்சங்கு தோடு அணிந்த காதுகள், கரிய புருவம், வளைந்த பிறை நிலவு போன்ற நெற்றி, காந்தள் மலர் போன்ற கைவிரல்கள், ஏந்திய இளமையான அழகிய முலை, அகன்ற அல்குல், வட்டுடை என அரவாணியின் தோற்றம் விவரிக்கப்பட்டுள்ளது. அரவாணியின் பேடி ஆட்டம் தெருவில் நிகழ்கின்றது என்ற தகவல் மூலம் அன்றைய காலகட்டத்தில் அரவாணிகள் பொதுவெளிக்குள் செயல்பட்டனர் என அறிய முடிகின்றது.

அரண்மனையில் இளவரசிக்குத் தோழியாக அரவாணி இருந்தாள் என்று சீவக சிந்தாமணி காப்பியம் குறிப்பிட்டுள்ளது.

தளையவிழ் கோதை பாடித்தான் அமர்ந்து இருப்பத்தோழி
விளைமதுக் கண்ணி வீணாபதியெனும் பேடி வேல்கண்
இளையவன் பாட வீரர் ஏழால்வகை தொடங்கல் அன்றே
வளையவன் எழாவின் மைந்தர் பாடுகவல்லை என்றாள்
வேயே திரள் மென்தோள் வில்ல கொடும்புருவம்
வாயே வளர்பவளம் மாந்தளிரே மாமேனி
நோயே முலை சுமப்பது என்றவர்க்கு அருகியிருந்தார்
ஏயே இவளொருத்தி பேடியோ என்றார்
எரிமணிப்புன் மேகலையாள் பேடியோ என்றார்

(சீவக சிந்தாமணி, காந்தருவதத்தையார் இலம்பகம், பா.எண்: 651-652)

மலர் மாலை அணிந்த காந்தருவதத்தை என்னும் இளவரசி, பல நாட்டு மன்னர் குழுமியிருக்கும் அவையில் பாடிவிட்டு யாழை இசைக்க முயலுகிறாள். அவள் தோழியாகிய வீணாபதி என்னும் பேடி, "வேல் போன்ற விழிகளையுடைய தத்தை பாடும்போது, அதற்கேற்ப வீர்ர்கள் யாழின் இசையை மீட்டுங்கள், இல்லையெனில் பாடுங்கள்" என ஏவுகின்றாள். தத்தையின் இசையுடன் இசைந்து யாழினை இசைக்க முடியாத மன்னர்கள் திண்டாடுகின்றனர். இதனால் கோபமடைந்த மன்னர்கள், பேடியான வீணாபதியைப் பகடி செய்கின்றனர். அப்பொழுது வீணாபதியைப் பார்த்து, "இவளது மெல்லிய தோள் மூங்கிலோ? வளைந்த புருவம் வில்லோ? உடல் மாந்தளிர் நிறமோ? ஆயினும் இவளுக்கு முலையைச் சுமத்தல் நோயோ?" என்று பகடி செய்தனர். மேலும் சிலர், 'இவள் பேடியோ' எனச் சந்தேகப்பட்டனர். வேறு சிலர், 'மேகலை அணிந்த தத்தையின் பேடியோ' என்றனர்.

இளவரசியுடன் வந்து, பிற மன்னர்களை ஏவல் செய்யும் வல்லமை படைத்தவராகப் பேடியாகிய வீணாபதி இருப்பது, அன்றைய கால கட்டத்தில் அரவாணிகள் பெற்ற சமூக அங்கீகாரத்தின் வெளிப்பாடாக உள்ளது. மன்னரின் எதிரில் நின்று மனஉறுதியுடன் கருத்தைச் சொல்லுமளவு பேடியின் நிலை சித்திரிக்கப்பட்டிருப்பது குறிப்பிடத் தக்கது.

ஜைனக் காப்பியமான நீலகேசி, அன்றைய தமிழகத்தில் சமயங் களுக்கிடையில் நடைபெற்ற பூசல்களை முன்னிலைப்படுத்துகின்றது. நீலகேசி என்ற பெண்ணை மையப்படுத்திடும் இக்காப்பியத்தில்

பல்வேறு சமூகப் பதிவுகள் இடம்பெற்றுள்ளன. அரவாணியின் மனவலிமையை நீலகேசி பதிவுசெய்துள்ளது.

பேடி வேத னைபெரி
தோடி யூரு மாதலாற்
சேடி யாகு வன்மையிற்
கூடி யாவ தில்லையே (நீலகேசி, பா.எண் - 96)

இந்நகரில் வீழும் உயிர்கள் பெண் தன்மையாதல், ஆண் தன்மையாதல் உடையன அல்ல. எனவே இவர்கள் காதல், புணர்ச்சியில் கூடி இன்பமடைவதில்லை. பால்ரீதியில் பேடிக்கு ஏற்படும் துன்பம் பெரியதாகும். ஓர் ஆணும், ஒரு பெண்ணும் புணர்ந்து பிள்ளை பெற்றுக் கொள்வது இயற்கையானது. ஆனால், அரவாணியால் குழந்தை பெற்றுக் கொள்ள முடியாது என்ற நிலையானது, அவர்களுக்குப் பெரிய வேதனையைத் தருகிறது. பூமியில் பெண்ணின் வயிற்றிலிருந்து பிறக்கும் அரவாணிக்குப் புதிதாக உயிரை உருவாக்குவதற்கான ஆற்றல் இல்லை என்ற தகவலை நீலகேசி பதிவுசெய்துள்ளது. அரவாணிகள் ஒன்றுசேர்ந்தாலும் மகப்பேறு இல்லை என்பதைப் பின்வரும் பாடல் உணர்த்துகின்றது.

கூடியு மாகாக் குணத்தின் நீயவட்
பாடி யுரைத்த வுயிரும் பகுதியும்
பேடிகள் சாரினும் பிள்ளை பெறாமையை
நாடியுங் காணென்று நண்ணுத னக்காள் (நீலகேசி, பா.எண் - 794)

நீலகேசி ஜைன சமயத்திற்கு ஆதரவாகப் பிற சமயத்தவருடன் வாதிடும்போது, எதிர் கருத்தினை மறுப்பதற்காக, 'பேடிகள் தம்முள் கூடினாலும் பிள்ளை பெறாமையை அறிவாயாக' என்று குறிப்பிட்டுள்ளார்.

அரவாணிகளுக்கிடையில் புணர்ச்சி நிகழ்ந்தாலும், குழந்தைப் பிறப்பு இல்லை என்பது, அரவாணிகளின் பால் வேட்கை பற்றிப் புதிய தகவலைத் தந்துள்ளது.

ஏழா யவைவிந் தெண்பத்து நான்கு நூறாயிரமாம்
போழா மவற்றுப் புரையின் விகற்படும் பொற்றொடியாய்
கீழா ரலிகள் முழுச்செவி கிண்ணர்க ளெண்ணிகந்த
ஊழாம் பிறப்புமுவ் வாதாமல் லாகுரு வொப்பினரே
(நீலகேசி, பா.எண் - 76)

கீழான நரகத்தினர், தவக்கோட்பாடு இல்லாதவரும், அலிகளும் கண்ணும் செவியும் கருநிறமுடையவரும் ஆகி எண்ணிக்கையற்ற

முறைமையினை உடைய பிறப்பும் உருவும் பொருந்தியவர் ஆவர். இப்பாடலில் அரவாணிப் பிறப்பு என்பது தண்டனையாகக் குறிப்பிடப் பட்டுள்ளது.

ஜைன சமயக் கருத்துகளை எதிர்த்து சைவ, வைணவ சமய எழுச்சி காரணமாக உருவாக்கப்பட்ட பக்தி இயக்கக் காலகட்டத்தில் பன்னிரு திருமுறைகளும், நாலாயிரத் திவ்வியபிரபந்தமும் அடிப்படையான சமய நூல்கள். இறைவன் பற்றிய புரிதலில் ஆண்,பெண்,அரவாணி ஆகிய மூன்று நிலைகளிலும் அணுகுதல் வலியுறுத்தப்பட்டுள்ளது. அர்த்தநாரீஸ்வரர் எனப்படும் மாதொருபாகனாக இறைவனை அடையாளப்படுத்துவதன் மூலம், ஆணும் பெண்ணும் சமமாகக் கலந்த நிலையில் இறைவன் அடையாளப்படுத்தப்பட்டான். சில இறையடியார்கள் தம்மைப் பெண்ணாகவும் இறைவனை ஆணாகவும் உருவகித்துக் காதல் உணர்வுடன் பாடல்களைப் பாடியுள்ளனர். ஆண் ஆன புலவர் தன்னைப் பெண்ணாக உணருவது என்பது ஒருநிலையில் அரவாணி மனம்தான்.

ஆண்பெண் அலியெனும் பெற்றியன் காண்க

(திருவாசகம், திருஅண்டப்பகுதி, பா.வரி 57)

முனிவற நோக்கி நனிவரக் கௌவி
ஆண் எனத்தோன்றி அலிஎனப் பெயர்ந்து
வான்நுதல் பெண்என ஒளித்தும் சேண்வயின்

(திருவாசகம், திருஅண்டப்பகுதி, பா.வரி 133-135)

பெண்ணாகி ஆணாய் அலியாய்ப் பிறங்கொளிசேர்

(திருவெம்பாவை, நூ.பா.18, வரி:5)

விண்ணோர் பெருமானே விசிர்த்த விடையூர்தி
பெண்ஆண் அலியாகும் பித்தா பிறைசூடி

(தேவாரம்-சம்பந்தர், பா.18:3)

ஆணல்லன் பெண்ணல்லன் அல்லா அலியுமல்லன்

(நம்மாழ்வார், திருவாய்மொழி, பா.எண் :3062)

இறைவன் எல்லா மனித உயிர்களிலும் நீக்கமற நிறைந்திருக் கிறவன் எனவும் அவனுடைய பால் தன்மை என எதையும் குறிப்பிட்டுச் சொல்ல முடியாது எனவும் கருதிய சைவ சமயக் குரவர்களும், ஆழ்வார்களும் 'ஆண்-பெண்-அலி' எனச் சமமாகக் கருதியுள்ளனர். பால் அடிப்படையில் ஆண்,பெண் போலவே அரவாணியும் ஒன்றுதான் என்பதைப் பக்தி நெறியில் அடையாளப்படுத்தியது தனித்துவமானது.

தமிழ்ச் சித்த மரபில் முன்னோடியாகக் கருதப்படும் திருமூலர், திருமந்திரத்தில் அரவாணி பற்றிக் குறிப்பிடுவது ஆய்விற்குரியது. ஆண், பெண், அரவாணி ஆகிய மூவரின் பிறப்பிற்கான மூல காரணத்தைக் கண்டறிய முயன்றுள்ளார் திருமூலர்.

குழவியும் ஆணாம் வலத்தது வாகில்
குழவியும் பெண்ணாம் இடத்தது வாகில்
குழவியும் இரண்டாம் அபானன் எதிர்க்கும்
குழவி அலியாகும் கொண்டகால் ஒக்கிலே

(திருமந்திரம், பா.எண்: 482)

ஆணும் பெண்ணும் உடலுறவு கொள்ளும்போது, இருவருடைய மூச்சுக்காற்றும் வலது பக்க மூக்கு வழியாக வெளிப்பட்டால் ஆண் குழந்தை பிறக்கும். இடது பக்க மூக்கு வழியாக மூச்சுக்காற்று வெளிப்பட்டால் பெண்குழந்தை பிறக்கும். காற்று எதிர்ப்பட்டால் குழந்தை அலியாகப் பிறக்கும் என்று கருதுகிறார் திருமூலர்.

ஆண்மிகில் ஆணாகும் பெண்மிகிற் பெண்ணாகும்
பூணிரண்டொத்துப் பொருந்தில் அலியாகும்

(திருமந்திரம், பா.எண் : 478)

உடலுறவில் ஆணும் பெண்ணும் ஈடுபட்டிருக்கும் நேரத்தில் ஆண் தன்மை மிகுந்தால் ஆண் குழந்தையும், பெண் தன்மை மிகுந்திருந்தால் பெண் குழந்தையும், ஆண்,பெண் ஆகிய இரு பண்புகளும் சமமாக இருந்தால் அலியாகப் பிறக்கும்.

ஒரு குழந்தை ஆண் அல்லது பெண் அல்லது அலியாகப் பிறப்பதற்கான காரணத்தைக் கண்டறிய முயன்றுள்ளார் திருமூலர். மூச்சுக்காற்று, ஆண் பெண் தன்மைகள் ஆகிய கருத்துகளைப் பயன்படுத்தியுள்ளார். அவருடைய கருத்து எந்த அளவு அறிவியல்பூர்வமானது என்பது ஆய்விற்குரியது. ஆனால் குழந்தை ஆணோ, பெண்ணோ, அரவாணியோ எதுவாகினும் அது இயற்கையானது என்ற கருத்து இப்பாடல்களில் வெளிப்பட்டுள்ளது. அரவாணியை இயல்பாக ஏற்றுக்கொள்ளும் மனநிலை திருமூலருக்கு உள்ளது. மேலும், அவர் இறைவனைப் பற்றிக் குறிக்கையில்,

காண்கின்ற கண்ணொளி காதல்செய் ஈசனை
ஆண்பெண் அலிஉரு வாய்நின்ற ஆதியைப்
பூண்படு நாவுடை நெஞ்சம் உணர்ந்திட்டுச்
சேண்படு பொய்கைச் செயல் அணையாரே

(திருமந்திரம், பா.எண் : 438)

என்கிறார். காண்கின்ற கண் வழியாகக் கருத்தினுள் கலந்து அருள் புரிகின்ற கடவுளை, ஆணாகவும் பெண்ணாகவும் அலியாகவும் விளங்குகின்ற மூலமுதல்வனை... எனப் போற்றுகின்ற திருமூலர் ஆண், பெண், அலி ஆகிய மூன்று பாலினரையும் சமமாகப் பாவித்து, இறைவன் மூன்று பால்களிலும் இருக்கிறான் எனக் குறிப்பிடுவது குறிப்பிடத்தக்கது. இறைவனை மனித உருவில் அடையாளப்படுத்த முயலும் திருமூலர் ஆண், பெண், அலி என மூன்று பால்களிலும் கண்டறிய முயன்றுள்ளார்.

பிற்காலத்திய நீதி நூல்களில் ஒன்றான நீதிநெறி விளக்கம் நூலில் அரவாணி பற்றிய குறிப்பு இடம்பெற்றுள்ளது.

போக்கறு கல்வி புலமிக்கார் பாலன்றி
மீக்கொள் நசையினார் வாய்ச்சேரா - தாக்கணங்கும்
ஆணவாம் பெண்மை யுடைத்தெனினும் பெண்ணலம்
பேடு கொளப்படுவ தில். (நீதிநெறி விளக்கம், பா.எண் : 24)

பிறரைத் தீண்டி வருத்துகின்ற பெண் தெய்வமும் பாலியல் இன்பம் நுகர்வதற்காக ஆண் வடிவம் எடுக்க விரும்புகின்ற அளவு, பெண் எழிலைப் பேடி ஒருத்தி பெற்றிருந்தாலும், பெண்ணினால் கிடைக்கப்பெறும் இன்பம் துய்ப்பதற்கில்லை. கல்வியின் சிறப்பை விளக்க முயலும்போது, அழகிய அரவாணியின் எழிலான பெண் தன்மை சிறப்பற்றது என உவமையாகக் கூறப்பட்டுள்ளது.

கண்ணிற் சொலிச் செவியின் நோக்கும் இறைமாட்சி
புண்ணியத் தின்பாலதே ஆயினும் - தண்ணளியால்
மன்பதை ஓம்பாதர்க் கென்னாம்? வயப்படைமற்
றென்பயக்கும் ஆணல்ல வர்க்கு.
(நீதிநெறி விளக்கம், பா.எண் : 27)

ஆண் அல்லாத பேடிகளுக்கு வெற்றியைத் தரும் வாளினால் என்ன பயன் என்பதன் மூலம் அரவாணிக்கு வீரமில்லை என்ற கருத்தினை அறியமுடிகிறது.

பிற்கால நீதி நூல்கள் எழுதிய ஔவையார் பாடியுள்ள பாடலொன்றில் அரவாணி பற்றிய குறிப்பு இடம்பெற்றுள்ளது.

அரியது கேட்கின் வரிவடி வேலோய்
அரிது அரிது மானிடர் ஆதல் அரிது
மானிடர் ஆயினும் கூன் குருடு செவிடு
பேடு நீங்கிப் பிறத்தல் அரிது

பேடு நீங்கிப் பிறந்த காலையும்
ஞானமும் கல்வியும் நயத்தல் அரிது.

இவ்வுலகில் மானிடராய்ப் பிறத்தல் அரிது என்னும் ஔவையார், கூன், குருடு, செவிடு, பேடு இல்லாமல் பிறத்தல் இன்னும் அரிது என்று குறித்துள்ளார். அரவாணியாகப் பிறத்தல் ஒருவகையில் உடல் ஊனம் என்ற கருத்து இப்பாடலில் தொக்கியுள்ளது. அரவாணிப் பிறப்பு மானிடப் பிறப்பில் முழுமையானது அல்ல என ஒப்பீட்டளவில் குறிக்கப்பட்டுள்ளது.

சங்க காலம் தொடங்கி இன்று வரையிலும் ஆண் மேலாதிக்க தமிழ்ச் சமூகத்தில் வீரம் பற்றிய புனைவு முன்னிலைப்படுத்தப் படுகிறது. ஆண் x பெண் என்ற எதிரிணைக்கு முக்கியத்துவம் தரும் நிலையில், அரவாணி முற்றிலும் புறக்கணிக்கப்படும் சூழல் நிலவுகிறது. இலக்கண நூல்களிலும், நிகண்டுகளிலும் அரவாணி பற்றிக் குறிப்பிட வேண்டிய நிர்பந்தம் காரணமாகப் பதிவுகள் உள்ளன. காப்பியங்கள் மூலம் அரவாணிகள் அரண்மனை வாழ்க்கையுடன் இயைந்து வாழ்ந்த நிலையை அறிய முடிகின்றது. பக்தி இலக்கியப் படைப்புகள் இறைவன் ஆணாய், பெண்ணாய், அலியாய் இருக்கிறான் என்று பால் கடந்த நிலையைக் குறிப்பிட்டுள்ளன. எனினும் பொதுநிலையில், அரவாணி பற்றிய மதிப்பீடுகள் கீழான நிலையிலேயே இலக்கியப் படைப்புகளில் வெளிப்பட்டுள்ளன. அரவாணி என்றால் கோழை, வீரமில்லாதவன், வாளேந்திப் போராடத் துணிச்சல் அற்றவன், கூத்தாடுகிறவன் எனத் தமிழிலக்கியப் படைப்புகளில் இழிவான தொனியில் கருத்துகள் பதிவாகியுள்ளன என்பதுதான் உண்மை.

பார்வை நூல்

முனிஷ்.வெ. அரவாணிகளின் பன்முக அடையாளங்கள். ஜெயம் பதிப்பகம்: கொல்லவீரம்பட்டி, 2010.

(வலசை, ஜனவரி, 2012)

புலனடக்கமும் அறமும்

பூமியில் மனித இருப்பு முழுக்க இயற்கையுடன் தொடர்புடையது. இயற்கை சார்ந்த நிலையில் வாழ்ந்த பண்டைய தமிழர்களின் வாழ்க்கைப் போக்குகள் சங்கப் பாடல்களாகப் பதிவாகியுள்ளன. சங்க காலத்தில், இனக்குழுத் தலைவனின் கீழ் மக்கள் வாழ்ந்த நிலையில் மாற்றமேற்பட்டு, குறுநில மன்னர்கள் வலுவடைந்தனர். பின்னர், வேந்தர்களின் முடியாட்சி வலுவடைந்தது. தமிழ் மொழி அடையாளத்தை முன்னிறுத்தி நிலப்பரப்பினைக் கைப்பற்றும் முயற்சியினைப் புலவர்களின் பாடல்கள் துரிதப்படுத்தின. இன்னொரு நிலையில், புராதன சமயம் சார்ந்த நம்பிக்கைகளில் மாற்றத்திற்குள்ளாகி வைதிக சமயமும் அவைதிக சமயங்களான பௌத்தமும் ஜைனமும் கருத்தியல் ரீதியில் ஆளுவோரிடம் செல்வாக்குச் செலுத்தின. ஆட்சியதிகாரத்தினுக்குச் சார்பான நிலையில் விதிகள் உருவாக்கப்பட்டன; விலக்குகளும் உருவாக்கப்பட்டன. சமூக ஏற்றத்தாழ்வான நிலையினை நியாயப்படுத்தும் வகையில் உருவாக்கப்பட்ட நெறிமுறைகள் முழுக்க அரசியல் பின்புலமுடையன. எல்லாவிதமான விதிகளும் விலக்குகளும் நடைமுறைப்படுத்தப்பட்ட சூழலில், அறம் என்ற கருத்தியல் வலியுறுத்தப் பட்டது. அறம் என்பது மேன்மையாது, புனிதமானது, காலந்தோறும் தொடர்வது என்ற புனைவுகளுக்கப்பால் அறம் பற்றிய புதிய சொல்லாடலை உருவாக்க வேண்டியுள்ளது. அறமானது பல்வேறு நிலைகளில் பண்டைத் தமிழ்ச் சமூகத்தில் அழுத்தமாக ஊடுருவி யிருந்தது என்ற புரிதலுடன் புலனடக்கத்திற்கும் அறத்திற்குமான உறவினைக் கண்டறிய வேண்டியுள்ளது.

அறம் வெல்லும் மறம் வீழும் என்பது வெறுமனே நம்பிக்கை அடிப்படையிலானது. விதி என்பது விதிக்கப்பட்டது என்ற வைதிக சமயக் கருத்தியல் பிறப்பு, பால்ரீதியிலான பேதங்களை நியாயப்படுத்து கின்றது. விதியின் விளையாட்டு, விதியின் கைப்பாவை, விதியை வெல்ல முடியுமா? தலைவிதியை மாற்ற முடியுமா? போன்ற சொல்லாடல்கள் மூலம் மதங்கள், நிலவும் சமூகச் சூழல் குறித்து விமர்சனமற்ற பார்வையை வலியுறுத்துகின்றன. தலைவிதித் தத்துவம் இன்றளவும் செல்வாக்குப் பெற்றிருப்பது கவனத்திற்குரியது. அதிகாரத்துடன் ஆள்கின்றவர்களின் நலனைக் காக்கும் செயலை, அறம் என்ற பெயரில் விதிகள் காலந்தோறும் கட்டிக்காத்து வருகின்றன. விதி என ஒன்றை

வலியுறுத்தும்போது, தானாகவே விலக்கும் ஆளுகை செலுத்துகின்றது. எவற்றைக் கடுமையாகப் பின்பற்ற வேண்டும் என விதிகளை வகுக்கும் போது, எவற்றை விலக்க வேண்டும் என்பதும் உள்ளடங்கியுள்ளது.

கி.மு. 6-ஆம் நூற்றாண்டில் வட இந்தியாவில் தோற்றுவிக்கப்பட்ட வைதிக சமயமும் அவைதிக சமயங்களான ஜைனமும் பௌத்தமும் சங்க காலத்தில் தமிழக நிலப்பரப்பில் நுழைந்தன. வேட்டைச் சமூகமும் இனக்குழு வாழ்க்கையும் சிதைவடைந்து பெரு நிலப்பரப்பில் வேந்தனின் ஆட்சியதிகாரம் பரவலாகிய சூழலில், இருவகை சமய மரபுகளும் தமிழகத்தில் செல்வாக்குப் பெற்றன. வேள்வித் தீயை வளர்த்து யாகம் செய்த சம்ஸ்கிருதம் பேசும் பார்ப்பனர்களுக்கு மன்னர் களிடம் வரவேற்பு இருந்தது. புதிதாக உருவாகியிருந்த வணிகர்கள் ஜைன, பௌத்தத் துறவியரின் கருத்துகளை ஆர்வத்துடன் ஏற்றுக் கொண்டனர். இனக்குழுத் தலைவர்களுக்கும் பாணர்களுக்குமான உறவு சிதைவடைந்திருந்தது. மன்னர், வேந்தர் என ஆட்சியதிகாரத்தில் ஆளுகை செய்தவர்கள் புதிய வகைப்பட்ட வைதிக சடங்குகளுக்கு முக்கியத்துவம் தந்தனர். வேந்தனின் ஆட்சியில் பாணரின் இடத்தினைப் பார்ப்பனர்கள் கைப்பற்றினர். பாணர், பறையர், பொருநர். துடியர் போன்ற கலைஞர்கள் பரந்த நிலப்பரப்பினை ஆண்ட வேந்தனின் ஆட்சிக்குத் தேவையற்றவர்களாயினர். புலையர் புலத்தி, இழிசினர் போன்ற பழங்குடியினர் இழிபிறப்பாளராகக் கருதப்பட்டனர். மக்களில் ஒரு பிரிவினரை இழிந்தவர்களாகக் கருதும் நிலை ஏற்பட்டதற்குக் காரணம் ஆளுவோரால் உருவாக்கப்பட்ட விதிகள்தான். இத்தகைய விதிகள்தான் பின்னர் சமூக அறங்களாக வலுப்பெற்றன.

இயற்கையையும் மனிதர்களையும் மேலாதிக்கம் செய்ய முயன்றதன் விளைவாக மனித நாகரிகம் உருவானது. அதாவது சூழலின்மீது ஆளுகை செலுத்துவதுடன் தனது உடலையையும் கட்டுப்பாட்டிற்குள் கொண்டு வந்தபோது உடைமைப் பண்பாடு தோன்றியது. போர், வேளாண்மை, வணிகம், தொழில், கல்வி மூலம் பல்வேறு சமூகச் செயற்பாடுகளில் ஈடுபட்டவர்கள், பிறரின் உடலுழைப்பினைச் சுரண்டி யதுடன், தங்களுடைய புலன்களை ஒழுங்குபடுத்தினர். இவை யெல்லாம் ஒருவகையில் வதைகளே. இந்த வதைகள்தான் அறங்கள் உருவாவதற்கான அடிப்படை.

இயற்கையின் அங்கமாக இருந்தவரை மனிதர்கள் தங்களுடைய ஆற்றலை அறியவில்லை. இயற்கையையும் தன்னையும் பிரித்து அறிந்து, தன்னுடலில் செயல்படும் கண், காது, மூக்கு, நாக்கு, உடல்

போன்றவற்றைக் கட்டுப்படுத்தியபோது உடைமைக் கருத்தியலுக்கு வலுவான பின்புலம் உருவானது. மனிதர்களின் ஐம்புலன்களின் அடக்கம் என்பது அற நடத்தையானது. தனிமனிதரீதியில் உருவான அறமானது, நாளடைவில் சக மனித உடல்களை உடைமைப் பொருளாக்குவதற்குப் பயன்பட்டது.

காட்டுமிராண்டிக் காலகட்டத்தில் எல்லா விலங்குகளைப் போலவே மனிதர்களின் நாக்குகள், பச்சையான இறைச்சி, காய்கள், பழங்கள் போன்றவற்றைப் பற்கள் மெல்லும்போது, புரட்டிக்கொடுத்து உதவின. அவை, ருசியை அறிந்தன. வேட்டையின்போது, சீழ்க்கை ஒலி எழுப்பிட நாக்கு பயன்பட்டது. பின்னர், ஒழுங்குபடுத்தப்பட்ட ஒலிகளின் கருத்துகளைப் புலப்படுத்த முயன்றபோது, நாக்கு அடிப்படையான ஒலிப்புக் கருவியானது.

சங்க காலத்தில் வாழ்ந்த தொன்மையான பழங்குடிச் சமூகத்தில் கள் என்பது உணவு. வேறு இனக்குழுவிலிருந்து வருகின்றவர் அல்லது பாணர்களை உபசரிக்க கள் தருவது இயல்பானது. சங்கப் பெண்கள் கள் அருந்திச் சிவந்த கண்களுடன் மகிழ்ச்சியுடன் வாழ்ந்தனர். பரஸ்பரம் ஒருவருக்கொருவர் தமது அன்பினையும் நெருக்கத்தினையும் கள் குடித்தல் மூலம் வெளிப்படுத்தினர். சங்க இலக்கியம் சித்திரிக்கும் போர், வேட்டை, இறைச்சி உண்ணுதல், மது அருந்துதல், காமக் கொண்டாட்டம் என்ற நிலையானது பெரிதும் இனக்குழு வாழ்க்கை சார்ந்தது. அன்றைய சூழலில் புலன்களின் மூலம் பெறப்படும் இன்பங்களைத் துய்ப்பது இயல்பானதாகக் கருதப்பட்டது. விண்ணுலகில் இருப்பதாக மதங்கள் புனையும் சொர்க்கம் பற்றி சங்கத் தமிழர் அக்கறை கொண்டிருக்கவில்லை. சங்க காலத்தைப் பொறுத்தவரையில் இனக்குழுச் சமூகம் சிதைவடைந்து, கால்நடை வளர்ப்பும், வேளாண்மையும் மேலோங்கியபோது , குடியின் மீதும் நாக்கு உச்சரிக்கும் மொழியின் மீதும் கட்டுப்பாடுகள் ஏற்படுத்தப் பட்டன. அவை, பின்னர் ஒழுக்க விதிகளாகவும் அறங்களாகவும் போற்றப்பட்டன. எனவேதான் முந்தைய வாழ்க்கையில் பின்பற்றப் பட்ட உணவும் பேச்சும் இழிவானதாகக் கருதிக் கண்டிக்கப்பட்டன. சங்க கால வேடர்களின் வேட்டைத்தொழில், புலவர்களால் உயிர்க் கொலை என்றும், எயினர் இழிந்தவர் என்றும், கொலை வல்லார், அறம்சாரா மறவர் என்றும் பழிக்கப்பட்டனர். சொத்துடமைச் சமுதாயத்திற்கு ஏற்றத்தாழ்வான அமைப்புநிலை தேவைப்படுவதால், ஏற்கெனவே நிலவிய மதிப்பீடுகளைச் சிதைத்துப் புதிய வகைப்பட்ட மதிப்பீடுகளை உருவாக்குவதற்கு அறங்கள் பெரிதும் பயன்பட்டுள்ளன.

பண்டைய இனக்குழுச் சமூகங்களில் உணவு தேடல் முதன்மையான பணி. அடுத்த வேளை உணவுக்காகச் சேமித்து வைக்குமளவு உணவு கூடுதலாக இருந்ததில்லை. வேந்தனின் ஆட்சியில் உணவு உற்பத்தி உபரியான நிலையில், உடைமையாளர்களால் அது செல்வமாகச் சேமிக்கப்பட்டது. இந்நிலையில் உணவு பற்றிய பேச்சுகள் உருவாக்கப்பட்டன. வாயின் வழியே சாப்பிடும் உணவு பற்றி ஒழுங்குகள் ஏற்படுத்தப்பட்டன. பசிப்பிணி மருத்துவன் எனப் புரவலரைப் போற்றும் போது, இயற்கையான உணவு என்ற கருத்து மாறியுள்ளதை அறிய முடிகிறது. பசி என்பது நோய், பசியைப் போக்கிட உணவு என்னும் மருந்து தேவை. இறைச்சி உணவு கூடாது, உணவில் கட்டுப்பாடு தேவை போன்றவை வழக்கமாகும்போது, அறத்தின் இருப்பினை அறிய முடிகிறது. மணிமேகலையில் பசிப்பிணி என்னும் பாவி எனக் குறிக்கும் சாத்தனார், உண்டி கொடுத்தாரே உயிர் கொடுத்தார் எனப் பசியைப் போக்கிடும் வழியைக் குறிப்பிட்டுள்ளார். எத்தகைய உணவை உண்ண வேண்டியது அவசியம் என்ற திருவள்ளுவரின் கருத்துகள் ஒருவகையில் கட்டுப்பாடுகள்தான். நாவின் சுவைக்காக விருப்பம் போல உணவு உண்ணுதல் தவறு என்ற கட்டுப்பாடு பதினெண் கீழ்க்கணக்கு நூல்களில் அழுத்தமாக வெளிப்பட்டுள்ளது. விருப்பம் போல உணவு உண்ணும் மனநிலையைக் கட்டுப்படுத்த வேண்டுமென்பது புலனடக்கம் பற்றி விதிக்கப்பட்ட முதன்மை அறமாகும்.

தமிழ்ச் சமூகம் என்ற அமைப்பினை உருவாக்கியதில், தமிழ் மொழியின் பங்கு முக்கியமானது. மனிதனை சமூகமயமாக்கும் செயலைச் செய்கின்ற மொழியானது, மனிதர்கள் ஒருங்கிணைந்து வாழ்வதற்குரிய உறவினைக் கட்டியமைக்கின்றது. மொழி என்னும் கருவி, மனித நினைவுகளின் வழியே கடந்த காலம் என்ற வரலாற்றினைச் சாத்தியப்படுத்தியுள்ளது. அது நல்லது-கெட்டது, அன்பு-வெறுப்பு எனப் பல்வேறு எதிரிணைகள்மூலம் மனித இருப்பினை உருவாக்கும் உயிரோட்டமான கருவியாக விளங்குகின்றது. குழுவினராகச் சார்ந்து வாழும் இயல்புடைய மனிதர்களின் உறவுகளுக்கு அடிப்படையானது, தொடர்புக் கருவியான மொழியாகும். இந்நிலையில், மொழியானது சமூக நோக்கில் முதன்மையிடம் பெறுகின்றது.

பால் அடிப்படையில் உடல்களைப் பிரித்துப் பெண்ணுடல்களை இரண்டாம் நிலையினராக ஒதுக்கும் போக்கு சங்க காலத்திலே தொடங்கிவிட்டது. தாய் வழிச் சமூகம் சிதைவடைந்து உருவான சமூக அமைப்பு நிலவிய சங்க காலத்தில், அகத்திணை இலக்கணம் மூலம் பெண்ணின் உடலும் மனமும் பற்றிய புதிய விதிகள் உருவாக்கப்பட்டன.

> தண்ணுறு வேட்கை கிழவன்முன் கிளத்தல்
> எண்ணுங்காலைக் கிழத்திக்கு இல்லை
>
> (தொல்காப்பியம், பொருளதிகாரம், கற்பியல்:)

என்ற தொல்காப்பிய வரிகள் பெண் பற்றிய புதிய பிம்பத்தினைக் கட்டமைக்க முயலுகின்றன. தனது பாலியல் விழைவினைப் பெண் தனது காதலனிடம் சொல்வது கூடாது என்பது ஆண் பெண் உறவில் சமமற்ற நிலையை வலியுறுத்துவதாகும். பாலியல் விதிகளை உருவாக்க வேண்டிய நிலை தொல்காப்பியருக்கு ஏற்பட்டது ஆய்விற்குரியது.

குடும்பம் என்ற அமைப்பின் உருவாக்கத்தில் பெண்ணின் செயல்பாடுகள் குறித்த விதிகளைத் தொல்காப்பியம் பதிவாக்கியுள்ளது. மனைவி என்ற நிலையில் அவள் எப்படி இருக்க வேண்டுமென்ற விதி நுண்ணரசியல் சார்ந்தது.

> தற்புகழ் கிளவி கிழவன் முன் கிளத்தல்
> எத்திறத்தானும் கிழத்திக்கு இல்லை
>
> (தொல்காப்பியம், பொருளதிகாரம், கற்பியல்:39)

மனைவி தன் கணவன் முன்னால் தனது உறவினரின் பெருமைகள், தனது சிறப்புகள் குறித்துப் பேசுவது கூடவே கூடாது என்ற விதி ஆண் மேலாதிக்க அரசியலின் வெளிப்பாடாகும். ஆண்-பெண் உறவில் எதைப் பேச வேண்டும் எதைப் பேசக்கூடாது என விதிகளை வகுத்துள்ளதில் நுண்ணரசியல் பொதிந்துள்ளது. பெண்ணுடல் தனது மன விழைவினை ஆணிடம் சொல்வது கூடாது என்ற தடை மாறி வரும் சமூகத்திற்கேற்ற வகையில் தோற்றுவிக்கப்பட்ட புதிய அறமாகும்.

ஆடவர்க்கான அறங்கள் அகப்பாடல்களில் பெரிதும் இடம் பெற்றுள்ளன.

> செறிவு எனப்படுவது கூறியது மாறாமை (கலித்தொகை:138)
>
> நின்ற சொல்லர் (நற்றிணை:1)

ஆடவர் ஒருபோதும் பேசிய பேச்சு அல்லது சொன்ன சொல்லை மாறக்கூடாது என்ற சொத்துடைமைக் காலத்து அறமானது பெண்களின் வழியே நினைவூட்டப்பட்டுள்ளது. ஒருவன் சொன்ன சொல்லைக் காப்பது வாய்மை; அவ்வாறு காக்காமல் இருப்பது பொய்மை என்ற மதிப்பீடு அறம் சார்ந்ததாகும். ஊர் மன்றம், அரசவை போன்ற இடங்களில் பொய் சொல்லக் கூடாது என்பது அறமாகவே வலியுறுத்தப்பட்டுள்ளது.

அன்றாடம் பேச்சினில் பயன்படுத்தப்படும் சொற்களின் பின்னால் பொதிந்துள்ள பொருள்களின் அடிப்படையில் தொல்காப்பியம் நெறிமுறைகளை வகுக்க முயன்றுள்ளது.

ஈ என் கிளவி இழிந்தோர் கூற்றே
தா என் கிளவி ஒப்போன் கூற்றே
கொடு என் கிளவி உயர்ந்தோர் கூற்றே
(தொல்காப்பியம்.சொல்லதிகாரம்,எச்சவியல்:49-51)

சொல்லின் பின்னால் புதைந்துள்ள சமூக ஏற்றத்தாழ்வுகளையும், மதிப்பீடுகளையும் பற்றிய தொல்காப்பியரின் விவரிப்புகள் அழுத்தமானவை. ஈ, தா, கொடு ஆகிய மூன்று சொற்களைப் பயன்படுத்துகின்றவர்களை இழிந்தோன், ஒப்போன், உயர்ந்தோர் என ஏறுவரிசையில் குறிப்பிட்டுள்ளது அறத்தின்பாற்பட்டது.

சங்கப் பாடல்களில் அரசன், அரசு, ஆட்சி, காவல், தண்டனை போன்ற அதிகார மையங்களில் நாவின் பேச்சுச் செயல்பாடுகள் பற்றிய விதிகள் புலவர்களால் குறிப்பிடப்பட்டுள்ளன. அரசன் பேசுகின்ற நா மொழியானது, கெடு மொழியாக இருத்தல் கூடாது (அக நானூறு:352).

மனிதனுடைய ஐம்பொறிகளும் புலன்களின் வழியாக அடைகின்ற நுகர்வு இன்பங்களுக்காகப் படைக்கப்பட்டவை. நாக்கின்மூலம் இனிய சுவையை ருசித்தல், மூக்கின் மூலம் நறுமணத்தைச் சுவாசித்தல், விழிகளின் மூலம் அழகானவற்றைப் பார்த்தல், செவிகளின் மூலம் உயர்ந்த விஷயங்களைக் கேட்டல், தோலின் மூலம் தொடு உணர்ச்சியை அனுபவித்தல் ஆகியன மனித உயிர் வாழ்க்கைக்கான அடிப்படையானவை. ஆனால் சமூக மனிதன்மீது, அவன் சார்ந்து வாழும் சமுதாயம், அறம் என்ற பெயரில் திணிக்கும் நெருக்கடிகள் அளவற்றவை. திருக்குறள் முன்னிறுத்தும் அறத்தில் புலன்கள் பற்றிய அறங்கள் முக்கியமானவை.

ஒருமையுள் ஆமைபோல ஐந்தடக்கல் ஆற்றின்
எழுமையும் ஏமாப்பு உடைத்து   (திருக்குறள்:126)

ஒரு பிறவியில் ஒருவன் தனது ஐம்புலன்களையும் அடக்கி யொடுக்கினால், எழு பிறப்புகளிலும் நன்மை கிடைக்கும் என்ற திருக்குறள் வரிகள், ஐந்து புலன்களையும் அடக்குவதனால் கிடைக்கும் விளைவினைக் குறிப்பிட்டுள்ளது. அடக்கமுடைமை (13), துறவறத்தார்க்கு வாய்மை (30), அமைச்சருக்கு சொல்வன்மை (65), குறிப்பறிதல் போன்ற அதிகாரங்களில் இடம்பெற்றுள்ள குறள்கள் சொல் பற்றிய அறங்களை முன்னிலைப்படுத்துகின்றன. அவை, சொத்துடைமைச் சமூகத்தில்

அதிகாரத்தினுக்கேற்ற உடல்களைத் தயாரிக்கும் பணியினை நுட்பமாகச் செய்கின்றன. ஐம்புலன்களில் முக்கியமான நாவினை அடக்குதல் குறித்த வள்ளுவரின் கருத்து, அறமாக இன்றளவும் வலுப்பெற்றுள்ளது.

யாகாவார் ஆயினும் நாகாக்க காவாக்கால்
சோகாப்பர் சொல்லிழுக்குப் பட்டு (திருக்குறள்:127)

ஐம்புலன்களில் எதை அடக்க முடியவில்லை என்றாலும் நாவை மட்டும் அடக்க வேண்டும். இல்லாவிடில் சொற் குற்றம் ஏற்பட்டு வருத்தமடையும் நிலையேற்படும் எனத் திருவள்ளுவர் விடுக்கும் எச்சரிக்கை, புலனடக்கம் பற்றிய அறத்தில் முக்கியமானது.

தீயினால் சுட்டபுண் உள்ளாறும் ஆறாதே
நாவினால் சுட்ட வடு (திருக்குறள்:139)

தீயினால் ஏற்பட்ட காயத்தினால் ஏற்பட்ட வடு மறையலாம். ஆனால், தீய சொல்லால் மனதில் ஏற்பட்ட வடு மறையாது என்பது வள்ளுவரின் கருத்து. கோபத்தை நெருப்புக்கு உவமையாகச் சொல்லும் வழக்கினில், அதைவிட நாக்கிலிருந்து வெளிப்படும் வன்சொல்லினால் எல்லாம் அழிந்துபோகும் என வள்ளுவர் குறிப்பிட்டுள்ளார். சினத்தின் விளைவான கொடுஞ்சொல் ஒருவனுடைய உறவு, குடும்பம், நட்பு என எல்லாவற்றையும் சுட்டெரித்துவிடும் வல்லமையுடையது.

வன்சொல்லுக்கு எதிராக இன்சொல் பற்றிய வள்ளுவரின் கருத்து ஆய்விற்குரியது. அவர், விருந்தினரை உபசரிக்கும்போது, இன்முகம், இன்சொல் போன்றவற்றை அறங்களாகக் குறிப்பிட்டுள்ளார். மனதுக்கு இதமளிக்கும் கனியைப் போன்ற இன்சொல்லினை வன்சொல்லுக்கு எதிர்மறையாகக் குறிப்பிடுகின்றவர், அதைக் காய்க்கு உவமையாகச் சொல்லியுள்ளார். சக மனிதர்களுடன் தொடர்பு கொள்ளப் பயன்படும் சொல் பற்றிய அறங்கள், மனிதர்களுக்கிடையிலான மேல்-கீழ் நிலையை நியாயப்படுத்துகின்றன.

ஒருவன் எத்தகைய சொல்லைச் சொல்ல வேண்டுமென வள்ளுவர் குறிப்பிடுவது பின்வருமாறு.

சொல்லுக சொல்லின் பயனுடைய சொல்லற்க
சொல்லின் பயனிலாச் சொல் (திருக்குறள்:200)

ஒருவன் எப்பொழுதும் பயனுடைய சொற்களையே பேச வேண்டுமென நியதி வகுக்கப்பட்டிருப்பது, சொல்லைச் சமூகத்தில் உயர் மட்டத்தில் வாழ்கின்றவர்களுடன் இணைக்கின்றது. அதிகாரம் மூலம்

ஆளுகை செலுத்துகின்றவர்களின் ஏற்பினைப் பெற்றவை பயன் தரும் சொற்களாகின்றன. அவ்வாறு பயன் இல்லாதவை எனக் கருதப் படுகின்ற சொற்களைப் பேசுகின்றவன் மனிதன் அல்லன்; அவன் ஒரு அற்ப பதர் என்ற அறத்தில் நுண்ணரசியல் பொதிந்துள்ளது. இயல்பான நாவின் பேச்சினைத் தணிக்கைக்குள்ளாக்கும் நிலை என்பது புலன்களை ஒடுக்குவதாகும்.

அவை அறிதல் அதிகாரத்தில் இடம் பெற்றுள்ள குறள்களில், சமூக அடுக்கில் மேல்-கீழ் பற்றிய கற்பிதம் அறமாக வலியுறுத்தப்படுகின்றது. கற்றவர் முன் எவ்வாறு எத்தகைய சொற்களைப் பேச வேண்டும் என்ற விவரிப்பு ஒரு வகையில் நிலவும் சமூகத்தை அப்படியே ஏற்பதாகும்.

அவைஅறியார் சொல்லல்மேற் கொள்பவர் சொல்லின்
வகைஅறியார் வல்லதூஉம் இல் (திருக்குறள்:713)

அவையின் தன்மையை அறியாமல் பேச முற்பட்டவர், சொற்களின் வகை அறியாதவர் ஆவர். அத்தகையவர்களால் எதையும் சாதிக்க முடியாது. நாவினால் உச்சரிக்கப்படும் சொற்களின் பயன்பாடு குறித்த விதிகள் பின்னர் அறமாக வடிவெடுத்துள்ளன.

குறிப்பறிதல் அதிகாரத்தில் முகக்குறிப்பு என உடல் மொழிக்கு வள்ளுவர் முக்கியத்துவம் தந்துள்ளார்.

குறிப்பின் குறிப்பு உணரா ஆயின் உறுப்பினுள்
என்ன பயத்தவோ கண்

முகக் குறிப்பினைக் கொண்டு ஒருவனின் உள்ளக் குறிப்பை உணராவிட்டால், ஒருவனுக்குக் கண்கள் இருந்தும் பயன் இல்லை. உடைமைச் சமூகத்தில் முன்னேற விழைகின்றவர்களுக்கான அறத்தில் கண்களும் பயன்பட்டுள்ளதை அறிய முடிகிறது.

பாலியல்ரீதியில் உடல் அனுபவிக்கும் வேட்கை குறித்து தொல்காப்பியர் தொடங்கி பெண்ணுக்கான அறங்கள் வலிமையுடன் நிறுவப்பட்டுள்ளன. ஆணின் ஐம்பொறிகளும் நுகர்ந்திடும் இலக்கு பெண்ணிடம் உள்ளது என்ற வள்ளுவரின் பார்வையில் ஆண் மேலாதிக்கக் கருத்தியல் பொதிந்துள்ளது. பெண் தனது புலன்களை ஒடுக்கி ஆணின் காம விருப்பத்திற்கானவளாகத் தனது உடலை மாற்றிக் கொள்வது குறித்த அறங்களைப் பண்டைய இலக்கியப் படைப்புகள் பெரிதும் வலியுறுத்தியுள்ளன.

புலன்களை ஒடுக்குவதின் பின்னுள்ள அரசியல் யாருக்குச் சார்பானது என்ற நிலையில், அறம் என்ற கருத்தியல் ஆழ்ந்த ஆய்விற்குரியது. உடைமைச் சமூகம் வலுவடைந்த காலகட்டத்தில் அதற்குத் தேவைப்படும் உடல்களைத் தயாரிக்கவேண்டிய சூழலில் புலன்களை ஒடுக்குவது அறமென மொழியப்பட்டது. ஐம்புலன்களை ஒடுக்குவதற்குப் பயன்பட்ட அறம் முழுக்க நுண்ணரசியல் சார்ந்தது.

(உங்கள் நூலகம், ஏப்ரல், 2015)

சிற்றிலக்கியப் படைப்புகளில் அரசியல்

தமிழ் மரபிலக்கியப் படைப்புகளில் இன்றுவரை எழுதப்படும் சிற்றிலக்கியம், போன நூற்றாண்டின் முற்பகுதியிலும் பண்டிதர்களிடையே செல்வாக்குடன் விளங்கியது. சிற்றிலக்கியம் என்ற சொல், பேரிலக்கியத்திற்கு எதிரானது என்பதுபோல கருதப்படுவது ஏற்புடையதல்ல. பண்டைய இலக்கண நூலான தொல்காப்பியத்தில் சிற்றிலக்கிய வகைகள் பற்றிய குறிப்புகள் உள்ளன. சங்க இலக்கியத்தில் இடம்பெற்றிருந்த சிறிய கூறுகள், பிற்காலத்தில் தனித்த இலக்கிய வகைகளாக வடிவமெடுத்தன. பக்தி இயக்கக் காலகட்டம் தொடங்கி வளர்ச்சிபெற்று வந்த இலக்கிய வகைகள், 16-ஆம் நூற்றாண்டிற்குப் பின்னர் பரவலாகின. அவை, அன்றைய காலகட்டத்தில் பிரபந்தம் என்ற சம்ஸ்கிருதச் சொல்லினால் குறிக்கப்பட்டன. சிற்றிலக்கியத்திற்கு இலக்கணம் வகுக்கும் முயற்சிகள் காரணமாக, கி.பி. 12-ஆம் நூற்றாண்டு தொடங்கி பாட்டியல் நூல்கள் உருவாகின. சிற்றிலக்கியம் என்பது பல்வேறு இலக்கிய வகைகளுடன் தொண்ணூற்றாறு வகைப்படும் என்ற கருத்து கி.பி. 17-ஆம் நூற்றாண்டிலிருந்து வழங்கிவருவதை இலக்கியச் சான்றுகள் மூலம் அறிய முடிகிறது. படிக்காசுப் புலவர் "தொண்ணூற்றாறு கோல பிரபந்தங்கள் கொண்ட பிரான்" என்ற தொடரினைத் தனது நூலில் கையாண்டிருப்பது, பிரபந்தங்களைத் தொண்ணூற்றாறாகக் கருதும் வழக்கினைக் காட்டுகிறது. அதே காலகட்டத்தில் வாழ்ந்த வீரமாமுனிவர், சதுரகராதியில் தொண்ணூற்றாறு இலக்கிய வகைகளைப் பட்டியலிட்டு உள்ளார். பிரபந்தங்கள் தொண்ணூற்றாறு வகைப்படும் என்ற கருத்து பொருத்தமானது அல்ல. தமிழறிஞர் இளங்குமரனார் சிற்றிலக்கியம் 381 வகைப்படும் எனக் குறிப்பிட்டுள்ளார். எனவே, சிற்றிலக்கிய வகைகள் பற்றிய வரையறை இன்னும் ஆய்விற்குரியது. சிற்றிலக்கியத்தைக் கற்பதும் அவற்றை எழுதுவதும் புலமைக்கு அடையாளமாகக் கருதுவது பத்தொன்பதாம் நூற்றாண்டில் பெருவழக்காக இருந்தது. உரைநடை இலக்கியம் மேலாதிக்கம் பெற்ற நிலையில், சிற்றிலக்கிய படைப்புகளைப் போற்றுவாரின் எண்ணிக்கை கணிசமாகக் குறைந்துவிட்டது.

சிற்றிலக்கியப் படைப்புகள் சித்திரிக்கின்ற சமுதாய நிகழ்ச்சிகள் அன்றைய காலகட்டத்தின் பதிவாக விளங்குகின்றன. சமகால அரசியல் மேலாதிக்கச் சூழலில், சிற்றிலக்கியம் பெற்றிருந்த இடத்தினையும் அது

கட்டமைக்க முயன்ற அதிகாரத்தின் விளைவுகளையும் கண்டறிய வேண்டியுள்ளது. எந்தவொரு செயலின் பின்னரும் நுண்ணரசியல் பொதிந்துள்ளது என்ற கோட்பாட்டின் அடிப்படையில் சிற்றிலக்கியத்தை அணுகிடும்போது, அவை முன்னிறுத்தும் அரசியல் சொல்லாடலைப் புரிந்துகொள்ள முடியும்.

இரண்டாயிரமாண்டு தமிழ்க் கவிதை வரலாற்றினை ஆராய்ந்தால், காலந்தோறும் இலக்கியப் பாடுபொருள்களும் வடிவங்களும் வகைகளும் மாறி வந்திருப்பதனை அவதானிக்கலாம். உடைமைச் சமூகம் ஏற்பட்டது முதலாக அரசியல் நிலைமைகளுக்கேற்ப கருத்துரீதியில் செய்யுள்களில் மாற்றங்கள் ஏற்பட்டுள்ளன. நாட்டார் சமய வழிபாடுகளுக்கப்பால் வைதிக சமயமும், அவைதிக சமயங்களான ஜைனமும் பௌத்தமும், சங்க காலம் முதலாகவே தமிழர் வாழ்க்கையில் ஊடுருவி அழுத்தமான பாதிப்புகளை ஏற்படுத்தியுள்ளன. தமிழ் மொழியினால் அடையாளப் படுத்தப்படும் சமுதாயத்தில் ஆள்வோரின் நலனுக்கேற்ப விதிகளும் விலக்குகளும் உருவாக்கப்பட்டன. அரசின் அதிகாரத்தினை ஏற்கின்ற உடல்களைத் தயாரிக்கின்ற பணியினை இலக்கியப் படைப்புகள் நுட்பமாக நிறைவேற்றின.

எந்தவொரு சமுதாயமும் பொருளாதாரக் கட்டுமானத்தின் பின்புலத்தில் வலுவான அரசியல் ஆதிக்கத்தினால் ஆளுகை செய்யப் படுகின்றது. சமூகத்தில் நிலவும் உற்பத்தி உறவுகள், ஆளுவோர் ஆளப் படுகின்றவர்களுக்கு இடையிலான அரசியலைத் தீர்மானிக்கின்றன. அரசியல் என்பது தனிமனித உறவு, குடும்பம் தொடங்கி எல்லா மட்டங்களிலும் நுட்பமாக வினையாற்றுகின்றது. எந்தவொரு செயலின் பின்னரும் வர்க்க நலன் சார்ந்த அரசியல் பொதிந்துள்ளது. தமிழக வரலாற்றில் சமயங்களின் ஆதிக்கம் வலுவடைந்த சோழர் ஆட்சியின் போது, மக்களை மேல்கீழ் எனப் பிரித்து, உடைமைச் சமூகத்திற்கு ஆதரவான கருத்தியல் முன்னிலைப்படுத்தப்பட்டது. கி.பி. 1529 இல் மதுரையில் ஏற்பட்ட தெலுங்கர்களான நாயக்கர்கள் ஆட்சியின்போது, தமிழக நிலப்பரப்பு பல்வேறு பாளையங்களாகப் பிரிக்கப்பட்டு வரி வசூலிப்பது தீவிரமானது. உழவர்கள் கசக்கிப் பிழியப்பட்ட நிலையில், பண்பாட்டு நிலையிலும் தமிழர்களின் நிலை பின்னடைவிற்குள்ளானது.

கி.பி. 16 ஆம் நூற்றாண்டில், தமிழகத்தில் ஏற்பட்ட வேற்று மொழி யினரின் ஆட்சியின்போது, வைதிக சமயம் செல்வாக்குடன் விளங்கியது. சமஸ்கிருத மொழியானது நாயக்கர், மராட்டியர் ஆட்சியின்போது,

அரசின் ஆதரவினால் செழித்தோங்கியது. தமிழ் மொழியானது தன்னை நிலைநிறுத்திட பெரும் பாடுபட்டது. அன்றைய காலகட்டத்தில் உடலுழைப்பின் மூலம் வாழ்ந்துவந்த பெரும்பான்மையினர் தமிழைப் பேசினாலும், வேதக் கல்விக்குத் தரப்பட்ட முன்னுரிமை தமிழுக்குத் தரப்படவில்லை. உருது, தெலுங்கு, மராட்டி போன்ற மொழிகள் அரசின் அரவணைப்பினால் வளர்ச்சியடைந்தன. தமிழ் மொழியானது புறக்கணிக்கப்பட்டது.

சங்க காலம் முதலாக, அரசியலின் விளைவுகள் இலக்கியப் படைப்பு களில் பதிவாகியுள்ளன. காப்பிய காலம், பக்தி காலம் ஆகியவற்றில் தமிழர் வாழ்க்கையில் சமயங்கள் ஊடுருவி, அழுத்தமான பதிவுகளை ஏற்படுத்தின. கி.பி. 16-ஆம் நூற்றாண்டில் பிரபந்தங்கள் எனப்படும் சிற்றிலக்கியம் முன்னிலை வகித்தது. தமிழகமானது பல்வேறு பாளையக்காரர்களால் நிர்வகிக்கப்பட்ட நிலையில், உள்ளூர்க் கோயில் களுக்கு முன்னுரிமை தரப்பட்ட புராணங்கள் புலவர்களால் எழுதப் பட்டன. எல்லாவற்றையும் புராணக் கதைகளுடன் தொடர்புபடுத்தி, ஐதீகமாக்கும் செயல் துரிதமாக நடைபெற்றது. வைதிக சமய நெறிக்கு முன்னுரிமை தந்து, சநாதன தருமத்தை நியாயப்படுத்தும் பணி படைப்புகளின் மூலம் நடைபெற்றது. இத்தகு சூழலில், பல்வேறுபட்ட இலக்கிய வகைகள் தமிழில் வீச்சாக எழுதப்பட்டமைக்கான காரணங்கள் ஆய்விற்குரியன.

சமுதாயச் சூழலே இலக்கியத்தின் உள்ளடக்கத்தினைத் தீர்மானிக்கின்ற நிலையினைச் சிற்றிலக்கியக் காலகட்டத்திலும் காண முடிகிறது. பேரரசு ஆண்ட நிலை மாறி, வட்டாரத் தலைவன் பாளையக் காரனாக மாறியபோது, உள்ளூர்த் தெய்வங்களையும் பாளையக்காரர் களையும் போற்றிடும் இலக்கிய வகைகள் உருவாயின. இத்தகைய படைப்புகளின் மூலம் புலவர்களின் அரசியலைப் புரிந்துகொள்ள முடியும். நாயக்க மன்னர்கள் பெரிதும் வைணவக் கடவுள்களுக்கும் கோயில்களுக்கும் முன்னுரிமை தந்தனர். இத்தகைய போக்கு சைவத்தை முன்னிறுத்திச் சிவனைப் போற்றி வழிபட்ட புலவர்களுக்கு சிக்கலைத் தந்தது. தங்களுடைய எதிர்ப்புணர்வினை வெளிக்காட்ட விரும்பிய புலவர்கள் தங்கள் படைப்புகளில் சூசகமாகப் பதிவு செய்துள்ளனர். குறம், பிள்ளைத்தமிழ், மாலை, அந்தாதி, கலம்பகம் எனப் பல்வேறு சிற்றிலக்கியங்களைப் பாடியுள்ள குமரகுருபரர், அவரது சமகாலத்திய மன்னர்களையோ அதிகாரிகளையோ புகழ்ந்து எதுவும் பாடவில்லை. அரசர் என்ற நிலையில் சேர, சோழ, பாண்டிய மன்னர்

களைத் தமிழ் வேந்தர்கள் எனக் குறிப்பிடுவதுடன், தமிழ், தமிழ் வளர்த்த மதுரை எனப் பழம் பெருமையினைப் போற்றிப் பாடியுள்ள குமரகுருபரரின் நிலைப்பாடானது, அன்றைய சைவப் புலவர்கள் பலரிடமும் காண முடிகிறது. அதேவேளையில், அன்றைய ஆட்சியாளர்களை விமர்சித்து எதிராகப் பாடும் போக்கினையும் காண இயலவில்லை. அன்றைய ஆட்சியாளர்கள் தமிழ் மொழி, சைவ சமயம் ஆகியனவற்றுக்கு ஆதரவு தரவில்லை என்பது இத்தகைய புலவர்களின் பாடல்களினால் அறிய முடிகிறது. கருத்தியல் நிலையில் தனது கருத்தினுக்கு மட்டும் முன்னுரிமை தந்து புலவர்கள் இலக்கியம் படைப்பது என்பது ஒருவகையில் அதிகாரத்தினுக்கு மறைமுகமாக விடப்பட்ட சவால் ஆகும்.

இந்தியாவில், மன்னராட்சியில் நிலம் முழுவதும் மன்னர்களுக்கே உடைமையானது எனக் கருதப்பட்டது. விஜய நகரப் பேரரசில், நாயக்க மன்னர்களுக்கும் நிலத்துக்குமான உறவு அமரநாயக, பாளையக்கார முறைகளுடன் தொடர்புடையதாகியது. பாளையக்கார முறை என்பது படைமானியத்துடன் தொடர்புடையது. இதனை ராமநாயக்கன் அம்மனைப் பதிவுசெய்துள்ளது. திருமலை நாயக்கரின் தளவாயான ராமய்யனின் ஆணையை ஏற்றுப் படைகொண்டு வந்த பாளையக்காரர்களின் அட்டவணையைத் தந்துள்ளது. ஒரு குறிப்பிட்ட பகுதிக்குப் பொறுப்புடையவனான பாளையக்காரன், ஒருநிலையில் மன்னனைப் போலவே அதிகாரம் செலுத்தினான். அவனுடைய ஆளுகைக்குட்பட்ட நிலத்தினைத் தானம் வழங்கும் உரிமையுடையவனாகவும் விளங்கினான் என்பதைச் சிற்றிலக்கியம் மூலம் அறிய முடிகிறது. கோயில் நடை முறைக்கு நூறு ஊர்களைப் பழனிப் பகுதித் தலைவன் வழங்கியதாகப் பழனிப் பிள்ளைத்தமிழ் குறிப்பிடுகின்றது.(30:1-8). வடகரை நாட்டுப் பாளையக்காரனான சின்னனஞ்சாத்தேவனும் அவனது சந்ததியரும் உறவினர்களும் கோயில்களுக்கு நிலங்களை மானியமாக வழங்கிய தகவலைத் திருமலை முருகன் பள்ளு (26), திருக்குற்றால மாலை (கண்:145-147), போன்ற நூல்கள் குறிப்பிட்டுள்ளன.

நிலத்தில் வேலை செய்தல் என்பது குறிப்பிட்ட சாதியினருக்கு மட்டும் உரியது என்ற நிலை சிற்றிலக்கியக் காலகட்டத்தில் நிலவியது. உழவு முதல் அறுவடை வரை எல்லா வேலைகளையும் செய்தவர்களாகப் பள்ளர்கள் குறிப்பிடப்படுகின்றனர். பள்ளர் இனத்துப் பெண்களும் உழவுத்தொழிலுடன் தொடர்புடையவர்களாகச் சித்திரிக்கப்பட்டனர். அவர்கள் பள்ளியர், அடிச்சியர், கடைசியர், பள்ளியர் எனப் பள்ளு

நூல்களில் குறிக்கப்பட்டுள்ளனர். பள்ளர் சாதியைச் சார்ந்த ஆண்களையும் பெண்களையும் கொத்தடிமைகள், அடிமைகள் எனக் குறிப்பிடுவது இலக்கியத்தில் பதிவாகியுள்ளது. (திரு.முரு.பள்:13:1-6). பள்ளர் குடும்பம் ஒவ்வொன்றும் ஏதாவதொரு பண்ணையைச் சார்ந்து வாழ்ந்தன. குடிசுதந்தரம், பிள்ளையாரடி, அரிநெல் போன்றவற்றின் மூலம் தானியத்தினால் பள்ளர்களுடைய வாழ்க்கை நடைபெற்றது. (வை.பள்.203-204), (திரு.முரு.பள். 158). எனினும் மாந்தைப்பள், வையாபுரிப்பள், திருமலை முருகன் பள் போன்ற சிற்றிலக்கியங்கள், பள்ளர்களுக்குத் தரவேண்டிய அரிநெல், குடிசுதந்தரம் போன்றன தரப்படவில்லை எனக் குறிப்பிடுகின்றன. வயல் வேலைகளில் ஈடுபட்டிருந்த பள்ளர்களுக்கென தரப்பட்ட நெல்லின் அளவு ஒப்பீட்டளவில் மிகக்குறைவு என ஆய்வாளர் அ.ராமசாமி குறிப்பிட்டுள்ளார்.

விளைச்சலில் முக்கியப் பங்கு பெறும் மானியதாரர் மட்டுமின்றி பண்ணை விசாரிப்பாளன், கணக்குப்பிள்ளை பற்றிய குறிப்புகள் பள்ளு நூல்களில் இடம்பெற்றுள்ளன. பண்ணை விசாரிப்பாளனைப் பள்ளர்களை ஆள்பவன் என மாந்தைப்பள் குறிக்கின்றது. உழவர்களான பள்ளர்கள்மீது அதிகாரம் செலுத்தும் பண்ணைக்காரனைத் திருட்டுக் காரன், காரியக்காரன், வம்புக்காரன், கைக்கூலிக்கிணங்கும் வலுக்காரன் எனத் திருமலை முருகன் பள்ளு(132) சித்திரிக்கின்றது. அவர்கள் தங்களுடைய அதிகாரத்தினைப் பயன்படுத்தி, பள்ளர் சாதிப் பெண்களைத் தங்களுடைய காம இச்சைக்குப் பயன்படுத்தியதைப் பள்ளு நூல் குறிப்பிடுகின்றது. (மு.கூ.பள்: 53-54)

அன்றைய காலகட்டத்தில் பண்ணைகள் கோயில்கள், தனியார், வணிகர், கைத்தொழில் குழுவினர் போன்றோர் வசமிருந்தன எனவும் அதில் உழைப்பது பள்ளர் குடும்பத்தினர் எனப் பள்ளு இலக்கியப் படைப்புகள் மூலம் அறிய முடிகிறது. இரு வேறு வர்க்கங்களாகப் பிளவுண்டிருந்த தமிழகச் சூழ்நிலையைச் சிற்றிலக்கியம் மூலம் அறியமுடிகிறது. பிறப்பின் அடிப்படையில் ஏற்றத்தாழ்வினைக் கற்பிக்கும் சநாதன தருமம் வலுவடைந்த நிலையினைச் சிற்றிலக்கியப் படைப்புகள் சித்திரிக்கின்றன.

நிலத்தினை முன்வைத்து வரி வசூலிக்கும் உரிமைபெற்ற பாளையக் காரர்கள், வசூலில் ஒரு பகுதியை நாயக்க மன்னர்களுக்குச் செலுத்தி விட்டு, தங்கள் விருப்பம் போல வரி வேட்டையாடினர்; திட்ட

வட்டமான வரி என எதுவும் நிர்ணயிக்கப்படவில்லை. மழை தேவையான அளவு பொழியாதபோதும், எங்கும் பஞ்சம் நிலவிய போதும், ஈவிரக்கமின்றி குடியானவர்களைக் கசக்கி வரி வசூலித்ததனால் மக்களின் வாழ்க்கை அவலத்திற்குள்ளானது. கடுமையான பஞ்ச காலத்தில் நிவாரணம் வழங்குவதற்கு மாற்றாக அரசு நிர்வாகம், வரி வசூலிப்பதிலே குறியாக இருந்தது. இத்தகைய சூழலில் வேளாளர்கள் வணிகர்களின் உதவியை நாடவேண்டிய நிலை ஏற்பட்டது. வணிகர் களின் பொருளாதார ஆதரவினை நாடினாலும் நான்கு வருணப் பாகு பாட்டின் அடிப்படையில் பெருமை பேசி தங்களுடைய நிலையினைத் தக்க வைத்துக்கொள்ளும் முயற்சியும் நடைபெற்றது. வேளாளர்களின் புகழைப் போற்றுவதில் சதக நூல்கள் தனித்து விளங்குகின்றன. அரசர், அந்தணர், வணிகர், வேளாளர் எனச் சமூகத்தை நான்கு வருணங்களாகப் பகுத்துகொண்டு அவற்றின் கடமைகள், பண்புகள், பெருமைகள் பற்றிப் பேசும் சதக நூல்கள் அந்தணர்களையும்(அற.சத.55) வேளாளர்களையும்(தொண்.சத.7) போற்றுகின்றன. வேளாளர்களின் பெருமைகளை அறப்பளீசுர சதகம்(84) பின்வருமாறு குறிக்கின்றது.

யசனாதி கருமமும் தப்பாமல் வேதியர்
இயற்றி நல்லேர் பெறுவதும்
இராசிய பாரஞ் செய்து முடிமன்னர் வெற்றிகொண்
டென்றும் நல்லேர் பெறுவதும்
வசனாதி தப்பாது தனதானியந்தேடி
வசியர் நல்லேர் பெறுவதும்
மற்றுமுள பேரெலாம் மிடியென்றிடாததிக
வளமை பெற்றேர் பெறுவதும்
திசைதோறும் உள்ள நல்ல தேவாலயம் பூசை
செய்யு நல்லேர் பெறுவதும்
சீர்கொண்ட பைங்குவளை மாலைபுனை வேளாளர்
செய்யும் மேழிப் பெருமைகாண்

அன்றைய சமூகத்தில் அனைத்துத் தரப்பினரும் வளமாக வாழ்ந்திட வேளாளர்களே காரணம் என்பது நுண்ணரசியல் சார்ந்தது. வணிகர்களின் வணிகம் தொடர்பான செயல்களைக் கேலியும் கிண்டலுமாக விமர்சிக்கும் சதக நூல்கள், வணிகர்கள் மீதான வெறுப்பினை வெளிப்படுத்துகின்றன.

ஆட்சிப் பொறுப்பிலிருந்து அதிகாரம் செய்யும் மன்னன் பற்றி சிற்றிலக்கிய நூல்களில் இடம்பெற்றுள்ள கருத்துகள் அரசியல் பின்புலமுடையன. பிறப்பின் அடிப்படையில் வரும் குறிப்பிட்ட பரம்பரையினர், ஆதிக்கம் செலுத்தும் அரசியலமைப்பில் மன்னர்களைப் புகழ்ந்து பாடும் மரபு சங்க காலத்தில் தொடங்கிவிட்டது. எனினும், தனிமனித துதியாக உலா, பரணி போன்ற சிற்றிலக்கியங்கள் மூலம் மன்னர்களை அளவற்றுப் போற்றுவது சோழர் காலத்தில் உச்சநிலையை அடைந்தது. இறைவனின் பிரதிநிதியாக உருவகித்து, தெய்வாம்சம் பொருந்திய பரம்பரையில் உதித்தவர்களாக மன்னர்கள் கருதப்பட்டனர். இத்தகைய போக்கின் நீட்சியைச் சிற்றிலக்கியத்தில் காண முடிகிறது. விறலி விடு தூது போன்ற நூல்கள் நிலக்கோட்டை போன்ற சிறிய நிலப்பரப்பினை நிர்வாகம் செய்த பாளையக்காரர்களைப் பாட்டுடைத் தலைவனாக்கி இயற்றப்பட்டுள்ளன. தமிழ் மொழி என்பது வெறுமனே தகவல் பரிமாற்றக் கருவி அல்ல என்பதை அறிந்திருந்த சிற்றிலக்கியம் பாடிய புலவர்களில் பலர் தமிழை முன்வைத்து அரசியல் சொல்லாடலை உருவாக்க விழைந்துள்ளனர். அன்றைய காலகட்டத்தில் அரசியலில் ஆதிக்கம் செலுத்திய தெலுங்கு மொழிக்கு மாற்றாகத் தமிழை முன்னிறுத்திய பேச்சுகள் குறிப்பிடத்தக்கன. சமயக் கருத்துகளுக்கு முக்கியத்துவம் தந்திட்ட சிற்றிலக்கியப் படைப்புகள், தமிழ் மொழியின் சிறப்புகளையும் பெருமைகளையும் விவரித்துள்ளன. அருந்தமிழ், சங்கத்தமிழ், தீந்தமிழ், பைந்தமிழ், பசுந்தமிழ், மும்மைத்தமிழ், வண்டமிழ், துறைத்தமிழ், தெளிதமிழ் எனப் பலவாறு சமயப் புலவரான குமரகுருபரர் சொல்வதன் பின்புலம், அடையாள அரசியலாகும். தமிழுக்குச் சரியாக யாருமில்லை, இமையோர் விருந்தமிழ்தத்தைவிட மேலானது தமிழ் எனத் தமிழின் பெருமைகளைத் தொகுத்துச் சொல்வதற்கென்று 'தமிழ் விடு தூது' நூல் எழுதப்பட்டுள்ளது. தமிழ் ஆதரவற்றுப் போய் விட்டது, தமிழகத்தில் வேற்று மொழி ஆதிக்கம் பெற்றுவிட்டது போன்ற ஆதங்கமான குரல்கள் சிற்றிலக்கியங்களில் பதிவாகியுள்ளன. சோழர்களின் ஆட்சியின்போது சமூகத்தில் மேலாதிக்கம் பெற்றிருந்த வேளாளர்கள், நாயக்கர்களின் ஆட்சியில் பின்னுக்குத் தள்ளப்பட்டனர். அரசாண்ட தெலுங்கினரை எதிர்ப்பது என்பது தெலுங்கு மொழி, வைணவ சமயம் ஆகிய இரண்டையும் எதிர்ப்பது என்ற நிலை ஏற்பட்டது. அதற்காகச் சைவ சமயம், தமிழ் மொழி ஆகியன அரசியல் கருவிகளாகப் பயன்படுத்தப்பட்டன. சாதி, சமய வேறுபாடுகளை ஒதுக்கிவிட்டு மொழி அடிப்படையில் பொதுவான காரணத்திற்காக மக்களை

ஒருங்கிணைத்து அதிகாரத்தினுக்கு எதிராகப் போராட முயன்றது சிற்றிலக்கியப் படைப்புகளில் பதிவாகியுள்ளன.

மனுதர்மத்தைக் காத்தல்(அற.சத.82:1), அமைச்சர்களுடன் ஆலோசனை செய்தல் (மது.மும்.கோவை.22; கு.சத.3:1),மக்களிடம் குறைவாக வரி வசூலித்தல்(கோவி.சத.56) போன்ற குணங்களைக் கொண்டவனாக மன்னன் இருத்தல் வேண்டுமென சிற்றிலக்கிய நூல்கள் குறிப்பிடுள்ளன. வைதிக சமய நெறிகளைக் கட்டமைக்கும் மனு தர்மத்தைக் காத்தல் என்பது பார்ப்பனர்களின் மேலாதிக்க அரசியலைச் சுட்டுகிறது.

தெலுங்கு மொழி பேசுகின்ற நாயக்க மன்னர்களின் ஆட்சியில் அரசாங்கத்தில், நாயக்கர்கள் உயர் பதவிகள் வகித்தனர். பார்ப்பனர்கள் ஆட்சியாளர்களுடன் சேர்ந்துகொண்டு உயர் பதவி வகித்ததுடன், யாகம் வளர்ப்பதன் மூலம் தங்களுடைய பொருளியல் நிலையினை வளமாக்கிக் கொண்டனர். விறலிவிடு தூது போன்ற நூல்கள் நாயக்கர்களைப் பொருளியல் வளம் மிக்கவர்களாகச் சித்திரிக்கின்றன. நாயக்க மன்னர்களின் வைணவ ஆதரவினால் எதிர்ப்பு மனநில அடைந்த சைவ வேளாளர்கள், தமிழை முன்வைத்துச் சிற்றிலக்கியப் படைப்புகளில் ஈடுபட்டனர். இன்னொருபுறம் மக்களின் வளமான வாழ்க்கைக்கு அடிப்படையான திட்டங்களை வகுத்திடாமல், வரி வசூலித்தலில் மட்டும் அக்கறை காட்டிய நாயக்க மன்னர்களின்மீது மக்கள் வெறுப்படைந்திருந்தனர். அதே காலகட்டத்தில், கிறிஸ்தவ சமயக் குருமார்களின் பிரச்சாரத்தினால் விளிம்புநிலையில் வாழ்ந்த மக்கள் மதம் மாறினார்கள். இத்தகைய சூழலில், உழைப்பில் ஈடுபட்டிருந்த மக்களுடன் சமரசம் செய்துகொள்ளும் வகையில் நடைபெற்ற முயற்சியின் விளைவுதான் பள்ளு, குறவஞ்சி போன்ற இலக்கியப் படைப்புகள். நாட்டுப்புறச் சமய வழிபாட்டில் பெரிதும் ஈடுபட்டிருந்த அடித்தட்டு மக்களுடன் இணைப்பை ஏற்படுத்தும்வகையில் சைவ,வைணவ கருத்துகள் பள்ளு இலக்கியத்தில் இணைக்கப்பட்டது, நுண்ணரசியல்.

நாட்டுப்புறத் தெய்வங்களை வழிபடும் பள்ளர்களைப் பிறப்பின் அடிப்படையில் தாழ்ந்தவராகக் கருதும் வைதிக சமயம் மேலாதிக்கம் பெற்றிருந்த காலகட்டத்தில், சைவ வைணவ தெய்வங்களைப் பற்றி பள்ளு, குறவஞ்சி இலக்கியப் படைப்புகள் குறிப்பிடுவது சமய அரசியலின் வெளிப்பாடு. நாட்டுப்புற மக்கள், தாங்கள் வழிபடும்

தெய்வங்களுக்கு உயிர்ப்பலியிடுதல், சாராயம் போன்ற மதுவினைப் படைத்தல் போன்றவற்றைச் செய்தனர். நிலத்தில் கடுமையாக உழைத்தாலும் கொத்தடிமைகளாக வாழ்க்கை வாழ்ந்ததுடன், பிறப்பின் அடிப்படையில் இழிந்த நிலையினராகக் கருதப்பட்ட பள்ளர் போன்ற உழைப்பாளர்களுடன் ஆளும் வர்க்கம் சமரசம் செய்துகொள்ள வேண்டிய நெருக்கடி அன்று நிலவியது எனக் கருதவேண்டியுள்ளது. சைவ வைணவ மோதல்களையும் முரண்பாடுகளையும் முன்னிலைப் படுத்துவதுபோல விவரிக்கும் பள்ளு இலக்கியத்தின் கதையமைப்பு இறுதியில் சமரச நிலையை அடைகின்றது. வையாபுரிப் பள்ளுவில் வைணவ சமயத்தைச் சார்ந்த பழனிப் பள்ளி,

    விறகெடுத்து மீன்படித்து மண்ணைச் சுமந்தே-யுங்கள்
    விமலனார் பிச்சையுமெடுத்தாரிலையே

எனச் சிவனை விமர்சிக்கிறாள். அதற்கு மறுப்பாக சைவ சமயத்தைச் சார்ந்த வையாபுரிப் பள்ளி,

    குறுகிப் போயுந் தானம் வாங்கி மானமில்லாமல்-உங்கள்
    கோபாலன் வெண்ணை திருடித் தின்றானில்லையோ

எனப் பதிலளிக்கிறாள். நாட்டுப்புற மக்களின் வழிபாடு, சமய நம்பிக்கை போன்றன வைதிக சமயத்திற்குள் அடங்கியன என்று சித்திரிப்பதற்குப் பள்ளு நூல்கள் பயன்பட்டுள்ளன. உழைப்பிலிருந்து அந்நியப்பட்டு ஒதுங்கிட நினைக்கும் பள்ளர்களை உற்சாகப்படுத்தி மீண்டும் வயல் வேலையில் கடினமாக உழைத்திடுவதற்காகப் பள்ளர்களைக் கதைமாந்தராக்கும் நிகழ்வு, பள்ளு இலக்கியத்தின்மூலம் நடைபெற்றுள்ளது. ஏற்கெனவே பெரியபுராணத்தில் மலை வேடரான கண்ணப்பனையும், வயலில் வேலை செய்யும் நந்தனையும் அடியார்களாக்கி வைதிக சமயத்துடன் ஒருங்கிணைக்கும் அரசியல் நுட்பமாக நடந்தேறியுள்ளது ஒப்பு நோக்கத்தக்கது. சோழப் பேரரசு விரிவடைந்த போது, மலையில் வாழும் பழங்குடியினரை மைய அரசியலுடன் சேர்ப்பதற்காகக் கண்ணப்ப நாயனார் புராணக் கதை கட்டமைக்கப் பட்டது.

    பள்ளு நூல்களைப் போலவே குறவஞ்சி நூல்களும் வைதிக சமயக் கடவுள்களைக் குறவர்களுக்கு உரியவர்கள் எனச் சித்திரிக்க விழைகின்றன. குற்றாலக் குறவஞ்சி நூலில், குறி சொல்லி வரும் குறத்தியிடம் தலைவி, நீ யார்? எங்கிருந்து வருகிறாய்? எனக் கேட்பாள். அப்பொழுது குறத்தி, தன்னைப் பறிக் கூறுவது முக்கியமானது.

பெற்றதாய் தந்தைதனை உற்று நீ கேட்கில்
பெண்கொடுத்த மலையரசன் தன்னைக்கேட்க வேணும்
உற்றது ஒரு பனிமலையின் கொற்ற வேந்தனுக்கும்
உயர்மதுரை மாறனுக்கும் செயமருகர் கண்டாய்
வெற்றிபெறும் பாற்கடலில் புற்றரவில் உறங்கும்
வித்தகர்க்குக் கண்ணான மைத்துனர்காண் அம்மே

குறவர் இனத்தைத் திருமாலுக்கும் சிவனுக்கும் உறவுடையதாகக் குறத்தி சொல்வது, வைதிக சமயத்தின் மேலாதிக்கம் வலுப் பெற முயன்றதைக் காட்டுகிறது. விளிம்பு நிலையினரைப் பிறப்பின் அடிப்படையில் நான்காம் சாதியினர் என ஒதுக்கி வைத்திருந்த நிலையில், திடீரென அவர்களைப் பற்றி சிற்றிலக்கியம் படைத்தது, ஆதிக்க அரசியலின் தந்திரமாகும்.

கி.பி. 17-ஆம் நூற்றாண்டில், தமிழகத்தின் பொருளாதார நிலை சீரழிந்திருந்தது. ‘தடியெடுத்தவன் எல்லாம் தண்டல்காரன் ஆனான்’ என்ற சொலவடை அரசியல் விமர்சனமாகும். ‘உழுதவன் கணக்குப் பார்த்தால் உழவுக்கோல் மிஞ்சாது’ என்ற சூழலில் வழிப்பறி, தீவட்டிக் கொள்ளை போன்றன பரவலாகத் தமிழகமெங்கும் நடைபெற்றபோது, மக்கள் வாழ வழியற்ற நிலை ஏற்பட்டது. டில்லியிலிருந்து சையத்கான் என்பவன் ஆயிரம் குதிரை வீரர்களுடன் தமிழகம் வந்து சூறையாடி தானியங்கள், பொருட்களைக் கொள்ளையடித்துச் சென்றபோது ஆட்சியிலிருந்த மன்னர்களும் பாளையக்காரர்களும் தங்களுடைய கோட்டைக்குள் பதுங்கிக்கொண்டனர் என ஆனந்தரங்கம் பிள்ளையின் நாட்குறிப்பு குறிப்பிடுகிறது. விளிம்பு நிலையில் வாழ்ந்த பள்ளர், குறவர் போன்றோர், வாழ வழியில்லாமல் ஊரினைவிட்டுக் கிளம்பி வேறு எங்கும் செல்லாமல் தடுப்பதற்கான கருவியாகச் சிற்றிலக்கியம் பயன்பட்டுள்ளது. பள்ளர்களைப் பழைய அடிமை நிலையில் வைத்துத் தொடர்ந்து சுரண்டிட முயன்ற ஆண்டைகளின் முயற்சிதான் வைதிக சமயத்தைப் பின்பற்றும் உயர் சாதியினரின் கடவுள்களைத் தாழ்ந்த குலத்தவர்களின் கடவுள்களாகச் சித்திரித்தது. இது ஒருவகையில் பண்பாட்டு ஏமாற்று முறை என கோ.கேசவன் குறிப்பிடுவது ஏற்புடையது.

ஏறக்குறைய நானூறு ஆண்டுகளாகத் தமிழகத்தில் செல்வாக்குடன் விளங்கிய சிற்றிலக்கியப் படைப்புகள் பெரிதும் கடவுள், சமயத்தைப் போற்றுவது போலத் தோற்றமளிக்கின்றன. ஆனால், அவை அன்றைய

தமிழகத்தில் நிலவிய அரசியல், பொருளாதார நிலைமைகள் குறித்த சமூக விமர்சனமாகவும் வெளிப்பட்டுள்ளன. விளிம்பு நிலையினரின் வாழ்க்கை, சமய சமரச பின்புலம், மொழி அரசியல் எனத் தமிழர் அடையாளத்தை நோக்கிய பயணத்தில் சிற்றிலக்கியப் படைப்புகள் தனித்துவமானவை.

பார்வை நூல்கள்

1. கேசவன், கோ., பள்ளு இலக்கியம்: ஒரு சமூகவியல் பார்வை. சிவகங்கை: அன்னம், 1991.
2. ராமசாமி, அ., நாயக்கர் காலம். சென்னை: உயிர்மை பதிப்பகம், 2009.
3. கண்ணன். இரா., சிற்றிலக்கிய ஆராய்ச்சி. சென்னை: அப்பர் பதிப்பகம், 2002.

(தாமரை, மே-ஜூன், 2015)

தமிழ்த் தத்துவ மரபில் பட்டினத்தார்

தமிழ்த் தத்துவமரபில் சித்தர்களின் சிந்தனைப் போக்குகள் தனித்துவமானவை. வைதிக சமயமும் அவைதிக சமயங்களான ஜைனமும் பௌத்தமும் ஏற்படுத்தியிருந்த கருத்தியல்களுக்கு மாற்றாகப் புதிய போக்கினைச் சித்தர்கள் முன்னிறுத்தினர். தமிழக வரலாற்றைப் பொறுத்தவரையில், சோழர் காலம் தொடங்கிப் புராணங்களும் வேதங்களும் சாஸ்திரங்களும் ஒப்பீட்டளவில் முக்கியத்துவம் பெற்றன. இயற்கையிறந்த அதியற்புத ஆற்றல்களுக்குத் தரப்பட்ட முக்கியத்துவம் காரணமாக மனித உடல்கள் ஒடுக்கப்பட்டன. பால் அடிப்படையில் பெண்களும் பிறப்புரீதியில் தலித்துகளும் ஒதுக்கப்பட்டனர். பிறவி, கர்மம் பற்றிய கற்பிதங்களுடன் விண்ணுலகில் இருப்பதாகக் கருதப் படும் சொர்க்கம் குறித்த புனைவினை மதங்கள் கட்டமைத்தன. சமூக அடுக்கில் மேலோங்கியிருந்த சநாதன தருமத்தினைப் புராணங்கள் நியாயப்படுத்தின. பெண்ணுடல்களை வெறுமனே போகப்பொருளாக மாற்றியிருந்த ஆண்களின் உலகம் வலுவாக இருந்தது. இத்தகு சூழலில் ஏற்கெனவே தமிழகத்தில் நிலவிய சமூக மதிப்பீடுகளின்மீது ஆழமான கேள்விகளை முன்வைத்த சித்தர்கள், மாற்று மரபுகளை முன்வைத்தனர். தமிழ்ச் சித்தர் மரபு ஒற்றைத் தன்மையானது அல்ல; பல்வேறுபட்ட போக்குகள் நிலவுகின்றன. வேதங்கள், சாஸ்திரங்கள், சம்பிரதாயங்கள் மீது கடுமையான விமர்சனங்களை வைத்த சிவவாக்கியர், திருமூலர் ஒருபுறம். நிலையாமை காரணமாக மனித இருப்பினையும் பெண்ணுடல் களையும் கண்டனம் செய்த பட்டினத்தார் இன்னொருபுறம். இருவேறு போக்குகளும் நிறுவனமயமாக்கத்திற்கு எதிர்ப்பு என்ற நிலையில் ஒன்றுபடுகின்றன.

கோயில், ஆகம விதிகள், சடங்குகள் போன்றவற்றை மறுதலித்த சித்தர்கள், ஞானத்தை முதன்மையாகக் கருதினர். உருவ வழிபாட்டினை ஏற்றுக்கொள்ளாத சித்தர்கள், தாங்கள் கண்டறிந்த ஆன்மீக அனுபவத்தைப் பாமர மக்களின் மொழியில் பாடல்களாக எழுதினர். சித்தர்கள் நாத்திகக் கருத்தை வலியுறுத்தவில்லை. ஆனால், அவர்கள் புனிதம் என்ற பெயரில் நகரம், ஆறு, விலங்கு, மரம், கோயில் போன்றவற்றைப் புனிதமாக்குவதை மறுத்தனர். மதத்தின் பெயரால் உருவாக்கப்படும் அடையாளங்கள், சித்தர் நெறிக்கு முரணானவை.

இதுவரை மதங்களின் பெயரால் உருவாக்கப்பட்டுள்ள சடங்குகள், மரபுகள் போலியானவை என்பது சித்தர்களின் நம்பிக்கை. அன்றைய காலகட்டத்தில் மதங்கள் செல்வாக்கு செலுத்திய சூழலில், சித்தர்களின் கருத்துகள் கலகத்தன்மையுடையனவாக விளங்கின. வீடுபேறு அடைவதற்குச் சித்தர்கள் பின்பற்றிய 'தந்திர யோகம்' வைதிக சமயத்தினரால் ஏற்கப்படவில்லை. கஞ்சா போன்ற லாகிரிப் பொருளின் மூலம் சில சித்தர்கள் வேறு உலகில் உலாவிய உன்மத்தநிலையைக் கீழான செயலாக மத நிறுவனங்கள் கருதின. மேலும், மருத்துவத்தின் மூலம் உடலை நலமாக்க முடியும் என்று சித்தர் மரபு கருதியது. இதுவரை நோய் என்பது பாவ புண்ணியத்தினாலும், கரும வினையினாலும் உண்டானது என்று மதங்கள் ஏற்படுத்தியிருந்த நம்பிக்கையைச் சித்தர்கள் ஏற்கவில்லை. உடலை வளர்ப்பதன்மூலம் உடலோடு வீடுபேறு அடையலாம் என்று சித்தர்கள் கருதினர்.

தமிழ்ச் சிந்தனை மரபில், சித்தரான பட்டினத்தாரின் பாடல்கள் இன்றளவும் வெகுஜனரீதியில் பிரபலமாக விளங்குகின்றன. பட்டினத்தார் பற்றி செவி வழியாக வழங்கிவரும் வாழ்க்கை வரலாற்றுக் கதை ஆதார மற்றது. பட்டினத்தாரின் பாடல்கள் கருத்து வெளிப்பாடு காரணமாகப் பிற சித்தர்களின் பாடல்களைவிட பாமரர்களிடமும் ஊடுருவியுள்ளன. 'ஒவ்வொரு சீவனிலும் சிவத்தைக் காண்பவனே சித்தன்' என்ற திருமூலரின் கூற்று, பட்டினத்தாருக்குப் பொருந்தும். கி.பி. 16-ஆம் நூற்றாண்டிற்குப் பின்னர் பட்டினத்தார் வாழ்ந்திருக்க வேண்டும் என்பது தமிழறிஞர்களின் பொதுவான கருத்து. அன்றைய காலகட்டத்தில் தமிழகமானது முஸ்லிம், நாயக்கர், மராட்டியர் என வேற்று மொழி யினரின் ஆளுகைக்குட்பட்டிருந்தது. அதேவேளையில் வேள்வியை முன் வைத்த வைதிக சமயம், வருணாசிரம பின்புலத்தில் ஆட்சியாளர்களுடன் சமரசம் செய்துகொண்டது. சாதியரீதியில் ஒடுக்கப்பட்ட மக்களுக்கு விடிவு எதுவுமில்லை. பெண்கள் ஒரு பொருட்டாகக் கருதப்படவில்லை. வெறுமனே உடலுழைப்புத் தருவதற்கான அடிமையான ஆண் உடல்களும், போகத்திற்கான பெண்ணுடல்களும் என்றிருந்த சூழலில் பட்டினத்தாரின் பாடல்கள் எழுதப்பட்டுள்ளன. அன்றைய சமூகச்சூழல் ஏற்படுத்தியிருந்த நெருக்கடி, பட்டினத்தாரின் பாடல்களில் சூசகமாக வெளிப்பட்டுள்ளது.

பண்டிதர்கள் சிலேடை, யமகம், சித்திரக்கவி எனச் சொல் விளையாட்டுகளில் ஈடுபட்டு, செய்யுள்களைக் கடினமான நடையில் எழுதிக்கொண்டிருந்த சூழலில், எதிராளியை முன்னிறுத்தி எளிய சொற்களில் பாடிய பட்டினத்தார் பாடல்கள், வாய்மொழி மூலமாக

மக்களிடம் பரவின. நம்பிக்கை வறட்சி, கசப்பு, வெறுமை, நிலையாமை, உடல்கள் பற்றிய இழிவான எண்ணம், பெண்ணுடலைக் கேவலமாகக் கருதுதல் என விரியும் பாடல்கள் தனிமனிதப் புலம்பல்கள் எனச் சொல்ல முடியுமா? யோசிக்க வேண்டியுள்ளது. பூமியில் மனித இருப்பிற்கான உடல்கள்மீது பட்டினத்தாருக்கு ஏன் இத்தனை வெறுப்பு? அவருடைய சொந்த வாழ்க்கையில் ஏற்பட்ட துயரமான அனுபவங்கள் உடல்களைப் புறக்கணிக்கும் நிலைக்கு இட்டுச் சென்றுவிட்டனவா? அல்லது அன்றைய அரசியல் நிலைமைகள் கடுமையான நெருக்கடியைத் தந்தனவா? சித்தின்மூலம் சீவனைத் தேடும் பட்டினத்தாரின் சொற்களில் கசப்பு பொங்கி வழிகின்றது.

பட்டினத்தார், அன்றாட வாழ்வில் பின்பற்ற வேண்டியவற்றைத் தொகுத்துத் தந்துள்ளார். ஓயாமல் பொய் சொல்பவர்/நல்லோரை நிந்திப்பவர்/தாயாரைத் திட்டுகின்றவர்/சதி செய்கிறவர்/சாத்திரங்கள் ஆராயார்/பிறருக்கு உதவி செய்யாதவர்/நாடி வந்தவருக்கு ஒன்றும் ஈயாதவர் போன்றோர் பூமியில் இருந்தால் என்ன இறந்தால் என்ன? போன்றவை சமூக வாழ்க்கைக்கு ஆதாரமானவை. பனை மரம் போல வளர்ந்து, நல்லோரின் பேச்சுகளை அறியாத இடும்பரை ஏன் படைத்தாய் இறைவா என்ற பட்டினத்தாரின் ஆதங்கம் தனிமனித ஒழுக்கத்துடன் தொடர்புடையது.

இறை வழிபாட்டினை மனம் ஒன்றாமல் வெறுமனே சடங்காகச் செய்வதனால் பயன் எதுவுமில்லை என்பது பட்டினத்தாரின் கருத்து. முழுமுதற் பொருளான பேராற்றலை நினைந்து வழிபடாமல் பூசை செய்வது பொருளற்றதுதான்.

கைஒன்று செய்ய விழிஒன்று
நாடக் கருத்தொன்றெண்ணப்
பொய்ஒன்று வஞ்சக நாஒன்று
பேசப் புலால்கமழும்
மெய்ஒன்று சாரச் செவிஒன்று
கேட்க விரும்புமியான்
செய்கின்ற பூசைஎவ் வாறுகொள்
வாய்வினை தீர்த்தவனே

மனம், மொழி, மெய்யினால் நினைந்து வழிபடவேண்டிய பரம் பொருளை மன ஒருமையற்றுத் துதிப்பது ஏற்புடையது அல்ல என்கிறார் பட்டினத்தார். சமூகச் சூழல் காரணமாகப் பல்வேறு நெருக்கடிகளில் சிக்கித் தவிக்கும் மனிதன், தனது இருப்பினையே மறக்கின்றான். இதனால் மன ஒருமைப்பாடு இல்லாமல் வெறுமனே வழிபடுவது

கடமைபோல நிகழ்கின்றது. இந்நிலை மாற வேண்டும் என்பது பட்டினத்தாரின் கருத்து. வழிபாட்டிற்கு மட்டுமல்ல எந்தவொரு விஷயத்திற்கும் இது பொருந்தும். நவீன வாழ்க்கைச் சூழலில் வேகம் வேகமாக மனிதன் இயங்க வேண்டியபோது, அற்புதமானவற்றை நழுவ விட்டுவிடுகின்றான். மனிதன், தான் என்ற நிலையில் தன்னையும் சூழலையும் அவதானித்துச் செயல்படும்போது, வாழ்க்கை செம்மை அடையும்.

பூமியில் மனித இருப்பு நிலையானது என்ற நம்பிக்கையில் அதிகாரத்தைக் கட்டமைப்பவரும், சொத்துகளைச் சேர்ப்பவரும் பெருகு கின்றனர். இதனால் மனிதர்களுக்கிடையில் நடைபெற்ற சண்டைகள், போர்களில் ஏற்பட்ட அழிவுகளுக்கு கணக்கேது? 'காது அற்ற ஊசியும் வாராது/ காணும் கடை வழிக்கே' என்ற போதனைமூலம் இருப்பின் அபத்தம் பாடலில் பதிவாகியுள்ளது.

வாசி என்னும் மூச்சுக்காற்றினை அடக்கிச் சித்தர் நெறியில் வாழ்ந்த பட்டினத்தார், யோகத்தினைப் போற்றுகின்றார்

அட்டாங்க யோகமும் ஆதாரம்
ஆறு அவத்தை ஐந்தும்
விட்டுஏறிப் போன வெளிதனி
லேவியப்பு ஒன்று கண்டேன்
வட்டுஆகிச் செம்மதிப் பால்ஊறல்
உண்டு மகிழ்ந்திருக்க
எட்டாத பேரின்பம் என்னை
விழுங்கி இருக்கின்றதே.

எட்டு யோகங்களும் ஆறு அவத்தைகளும் என ஞான வழியில் இறைவனின் ஆற்றலை அறிய முயலுவது சித்தர் மரபு சார்ந்ததாகும். யோகத்தின் மூலம் கிடைப்பது பேரின்பம் என மனவெளிதனில் பட்டினத்தாரின் மனம் சிறகடிக்கின்றது.

ஆசை என்ற கயிற்றினால் சுழற்றி விடப்பட்ட பம்பரம்போல உடலினைக் கருதும் பட்டினத்தார், சீவனைத் தஞ்சமடைவதுதான் விடிவு என முடிவெடுக்கின்றார். பூமியில் மனித இருப்பு என்பது நிலையற்றது என்பதைக் குறிப்பிட 'இறுதியில் சட்டகம் சுட்ட எலும்பாகும்' என்கிறார். தாயின் வழியே உயிராக வெளிப்பட்ட உடல் வளர்ந்து, பின்னர் இறப்பது என்பது இயற்கையின் விதியாகும். எனினும் 'தான்' அல்லது ஈகோவின் முனைப்பினால் மரணத்தினை ஏற்றுக்கொள்ளவியலாத பட்டினத்தாரின் மனம், எதிர்மறையாக

வெளிப்பட்டுள்ளது. ஊற்றைச் சரீரத்தை ஆபாசக்/கொட்டிலை ஊன்பொதிந்த/பீற்றல் துருத்தியைச் சேரிடும்/தோற்பையைப் பேசரிய/காற்றில் பொதிந்த நிலையற்ற/பாண்டத்தைக் காதல் செய்தே/எனத் தன்னையே விமர்சனம் செய்துகொள்ளும் பட்டினத்தாருக்கு உடல் கேவலமாகப்படுகின்றது. மதங்கள் மனித உடல்களுக்கு ஏற்படுத்தும் சேதங்களைப் பட்டினத்தார் ஏற்றுக்கொள்கின்றார்.

பூமியில் மனித இருப்பு என்பது முழுக்க உடல் சார்ந்தது. மொழியினால் உருவான சமூகமயமாக்கல், சமூகத்தின் தொடர்ச்சியைச் சாத்தியப்படுத்தியுள்ளது. மனித உடல் மொழியினால் தனக்கு வெளியே பரந்திருக்கும் நிலமும் வெளியும் குறித்த புரிதல்மூலம் பிரபஞ்சத்தைக் கண்டறிந்தது. இயற்கையிறந்த பேராற்றல் பற்றிய கருத்தினைக் கட்டமைத்த மதங்கள், மனித உடல்களையும் அதிகாரம் செய்கின்றன. இயற்கையின் உந்துதலால் ஆணுடலும் பெண்ணுடலும் சேர்ந்து துய்க்கும் பாலியல் கேள்விக்குள்ளாக்கப்பட்டது. மறுஉற்பத்தியில் ஈடுபடும் ஆற்றல்மிக்க பெண்ணுடலை வெறுமனே போகப்பொருளாகச் சுருக்கிப் பாலியல் கொண்டாட்டத்தினைக் கட்டமைத்த ஆண் மேலாதிக்க மனம் இன்றுவரை வலுவாக உள்ளது.

இயற்கையான பாலியல் துய்ப்பை விடுத்து, ஆண் மனம் புனைந்திட்ட பெண் பற்றிய பிம்பங்கள் பட்டினத்தாருக்கு எரிச்சல் தருகின்றன. எனவே, அவர் பெண் பற்றிய மாற்றுப் பிரதியை உருவாக்கினார். பெண்ணின் மனதைப் புரிந்துகொள்ளாமல் அவளை வேறுபட்ட உறுப்புகளின் தொகுதியாகப் பார்த்துக் கிளுகிளுப்படையும் ஆண் மேலாதிக்க மனநிலையைத் தகர்க்க முயன்றுள்ளார். கயல் போன்ற கண்கள் என பெண்ணைப் பாராட்டும் நிலைக்கு மாற்றாகப் பீளை ஒழுகும் கண்கள் முன்வைக்கப்பட்டுள்ளது. கச்சித் திருஅகவல் பகுதியில், பெண்ணின் உறுப்புகள் குறித்து ஆண் மனம் கட்டமைத்துள்ள புனைவுகள் சிதிலமாக்கப்பட்டுள்ளன.

வேர்வையும் அழுக்கும் மேவிய கழுத்தைப்
பாரினில் இனிய கமுகுஎனப் பகிர்ந்தும்
வெப்பும் ஊத்தையும் மேவிய வாயைத்
துப்பு முருக்கின் தூயமலர் என்றும்
உள்ளும் குறும்பி ஒழுகும் காதை
வள்ளைத் தண்டின் வளம் வாழ்த்தியும்
....
சொற்பல பேசித் துதித்து நீங்கள்
நச்சிச் செல்லும் நரக வாயில்

பெண்ணைப் பற்றிப் புலவர்கள் புனைந்துரைத்து உருவாக்கும் புனைவுகளுக்கு மாற்றாகவும் பட்டினத்தாரின் பாடல்களைக் கருதலாம். பெண் பற்றிய பட்டினத்தாரின் கண்டனம் முழுக்க ஆண் மேலாதிக்க மொழியில் அமைந்துள்ளது. பெண்ணை மனுஷியாகப் பார்க்காமல் உடலின் உறுப்புகளாகப் பார்க்கும் பார்வை, அவரின் பாடல்களில் வெளிப்பட்டுள்ளது.

பட்டினத்தாரின் காலகட்டத்தில் விலைமகளிர் எங்கும் பரவி யிருந்தனர். 'நினைவெழுந்தால் நல்ல மாதருண்டு இந்த மேதினியிலே' என்ற பட்டினத்தாரின் பாடல் வரிகள் அதனை உறுதி செய்கின்றன. 'பெண்ணாகி வந்த மாயப் பிசாசு' எனத் திட்டுவது பொருளைப் பறிக்க முயலும் பெண்ணைத்தான். பெண் மயக்கத்தில் மயங்கித் திரிந்த ஆண்களின் நிலையைக் கண்டிப்பது பட்டினத்தாரின் பாடல்களில் பரவலாக இடம்பெற்றுள்ளது. எத்தனை பேர் நட்ட குழி/எத்தனை பேர் தொட்ட முலை/எத்தனை பேர் பற்றி இழுத்த இதழ்/நித்தநித்தம் பொய் பேசும் புலைமாதர் எனப் பட்டினத்தார் சித்திரிக்கும் பெண் விலைமகளிர்தான். அன்றைய காலகட்டத்தில் பெரு வழக்காக இருந்த விபசாரத்தை முன்னிறுத்தி ஆண்களிடம் எதிர்மறையான கருத்தினை உருவாக்க விழைந்துள்ளார்.

பெண்களைக் கேவலப்படுத்துவது பட்டினத்தாரின் நோக்கமல்ல. பெண்ணை இயல்பானவளாகக் கருதாமல் பாலியியல்ரீதியில் அணுகும் ஆண் மனநிலையைக் கண்டனம் செய்ய முயன்றவர், பெண்ணுடலை விமர்சனம் செய்து, மாற்றுக் கருத்தினை உருவாக்க முயன்றுள்ளார். 'நல்ல மங்கையரைத் தாய் போல் கருதுகின்றவர் ஞானம் மிக்கவர்' என்ற பட்டினத்தாரின் பார்வை கவனத்திற்குரியது.

அன்னையார் இறந்த பின்னர் துயரத்தில் வருந்தி பட்டினத்தார் பாடியுள்ள பாடல்கள் சோகத்தின் உச்சம். தாய்க்கும் தனக்குமான உறவினைச் சொல்லி அப்படிப்பட்ட தாயின் உடலுக்கா கொள்ளி வைக்கின்றேன் எனக் கதறி அழுவது அவரை மனிதனாகக் காட்டுகின்றது. துறவு மனநிலையில் வாழ்ந்தாலும் பாடினாலும் தாயின் மரணம் ஏற்படுத்தும் வேதனையைத் தவிர்க்க முடியாது என்பதற்குப் பட்டினத்தாரின் பாடல் வரிகள் சான்று.

முடியணிந்த மன்னரும் முடிவில் பிடி சாம்பலாவது கண்டும் சிவனின் அடியைப் பரவி உய்ய வேண்டுமென்ற எண்ணம் பலரிடமும் இல்லையே என்ற பட்டினத்தாரின் ஆதங்கம் நிலையாமையைப் பற்றியது மட்டுமல்ல: மனித உயிருக்கும் பூமிக்கும் இடையிலான உறவினைக் கண்டறியும் முயற்சியுமாகும்.

எல்லாவற்றையும் துறந்து, ஒதுங்கிப்போய் மௌனமாக உறைந்து போகாத மனநிலை பட்டினத்தாருக்கு வாய்த்திருந்தது. அவருடைய சொந்த அனுபவங்களின் விளைவாகச் சிவனை நாடிச் சித்தராக மாறினாலும் தனது கருத்துகளைத் துணிச்சலுடன் பாடியுள்ளார். தமிழ்த் தத்துவ மரபில் தனக்கென தனியிடத்தை உருவாக்கியுள்ள பட்டினத்தார், இறைவனைப் பற்றிப் பாடியுள்ளதைவிட மனிதனைப் பற்றி பாடியவை அதிகம். சமூகத்தில் நிலவும் மதிப்பீடுகளை விசாரணைக்குட்படுத்திய பட்டினத்தார், கலகக்காரராகவும் விளங்குகின்றார்.

(தி இந்து சித்திரை மலர், 2014)

பிற்காலப் பெண் கவிஞர்களின் பதிவுகள்

இரண்டாயிரம் ஆண்டுகளுக்கு முன்னர், சங்க காலத்தில் 41 பெண்கள் கவிதை எழுதியுள்ளனர் என்பது அன்றைய சமூகத்தில் பெண்கள் வகித்த செல்வாக்கான நிலையைக் காட்டுகிறது. அதற்குப் பின்னர், கி.பி.7-ஆம் நூற்றாண்டில் காரைக்காலம்மையாரும் கி.பி.9-ஆம் நூற்றாண்டில் ஆண்டாளும் கவித்துவச் செழுமையுடன் வெளிப்பட்டுள்ளனர். அப்புறம், தமிழில் பெண் கவிதை மரபின் தொடர்ச்சியைக் காண இயலவில்லை. சமூகத்தில் பெண்ணின் இருப்பு, குடும்ப நிறுவனத்திற்குள் இரண்டாம் நிலைக்குத் தள்ளப்பட்டது. கல்வி கற்றல் பெண்களுக்கு மறுக்கப்பட்ட சூழலில், தேரை போல வீட்டிற்குள் ஒடுங்கியிருக்குமாறு பெண்ணின் இருப்பினை ஒடுக்கும் அரசியல் நடந்தேறியது. நிலத்தைக் கைப்பற்றி ஆள்வதற்காக ஆண்களுக்கிடையில் தொடர்ச்சியாக நடைபெற்ற போர்களின் காரணமாகப் பெண்கள் பொது வெளியில் செயல்படுவதற்கான சமூக நிலைமை இல்லை. இத்தகைய சூழலில், கவிதை எழுதிய பெண் கவிஞர்களின் எண்ணிக்கை மிகக் குறைவாக உள்ளது. பெண் கவிஞர்கள் பாடியுள்ள பாடல்களில் சில, பிற்காலத்தில் தொகுக்கப்பெற்றுத் தனிப் பாடல் திரட்டுகளில் இடம்பெற்றுள்ளன. சங்கப் பெண் கவிஞர்களின் கவிதைகளுடன் ஒப்பிடும்போது, பிற்காலப் பெண் கவிதைகள் வீர்யமற்று உள்ளன.

கி.பி.11-ஆம் நூற்றாண்டு தொடங்கி, மதங்களின் பிடியில் சிக்கியிருந்த தமிழக நிலப்பரப்பில் இடைவிடாத அரசியல் மேலாதிக்கப் போர்கள் நடைபெற்றன. வைதிக சமயமானது பெண்ணுடலைத் தீட்டு என ஒதுக்கியது. அதேவேளையில், சோழர் ஆட்சியின்போது தஞ்சை பெரிய கோயிலில் ஆடல் பாடலில் சிறந்திருந்த நானூறு பெண்கள் தேவரடியார்களாக்கப்பட்ட சம்பவம் நிகழ்ந்தது. குடும்பப் பெண்கள் கல்வி கற்காத சூழலில், தேவரடியார்கள் தமிழுடன் சமஸ்கிருதமும் கற்றனர். இத்தகைய பெண்கள் கல்வி கேள்விகளில் சிறந்திருந்தனர். உயர் சாதியினர் அல்லது மேட்டுக்குடியினர் நிரம்பிய அவையில் இசைத் திறனுடன் பாடிய பெண்களில் சிலர், சொந்தமாக இட்டுக்கட்டி பாடல் இயற்றும் வல்லமை பெற்றிருந்தனர். நுண்கலைகளில் வல்லவரான தேவரடியார்கள் காவியங்கள்கூட எழுதியிருக்க வாய்ப்புண்டு. அவை சேகரித்துப் பாதுகாக்கப்படாமையினால் கரையானுக்கு இரையாகிப் போய்விட்டன. அதேவேளையில், குழந்தைக்குத் தாலாட்டுப்

பாடுவதிலும், இறந்தவருக்காக ஒப்பாரிப் பாடல் பாடுவதிலும் எழுத்தறிவற்ற பெண்கள் சிறந்து விளங்கினர். அவர்கள், வயல் வேலைகளின்போதும் உலக்கை குற்றும்போதும் நிரம்பப் பாடினர். பெண் மனதிற்கே உரிய தனிப்பட்ட மனப்பதிவுகள் பாடல்களாக வெளிப்பட்டுள்ளன. இத்தகைய பாடல்கள், பண்டிதர்களின் வறட்சியான பாடல்களுடன் ஒப்பிடும்போது, ஓசை நயத்துடனும் சந்தத்துடனும் மக்களிடையே பிரபலமாக விளங்கின. பெண் குழந்தைக்குக் கல்வி எதற்கு என்ற ஆண் மேலாதிக்கச் சமூகத்தில் பெண்களின் உயிரோட்டமான பாடல்கள் எழுத்து வடிவம் பெறாமல் காற்றில் கரைந்து மிதக்கின்றன.

தற்சமயம் கிடைக்கின்ற பெண் கவிஞர்களின் பாடல்கள் எண்ணிக்கை அளவில் குறைவெனினும் ஒளவையின் இடம் தனித்துவமானது. சங்க கால ஒளவைக்குப் பின்னர் வெவ்வேறு காலகட்டங்களில் இரண்டு ஒளவைகள் பாடல்கள் பாடியுள்ளனர். சோழ மன்னராட்சியின்போது பாடல் பாடிய ஒளவையின் கருத்தியல் யதார்த்தமானது. தனிப்பாடல் திரட்டில் ஒளவை பாடியுள்ள எழுபது பாடல்கள் இடம்பெற்றுள்ளன. பாடல் பாடுவது, கருவிலே திருவுடையாருக்கே சாத்தியம் எனத் தந்திரமாக விளிம்புநிலையினரை ஒதுக்கிய சூழலில், எல்லாம் பயிற்சிதான் என ஒளவை சொல்லுகிறார்.

சித்திரமுங் கைப்பழக்கஞ் செந்தமிழும் நாப்பழக்கம்
வைத்ததொரு கல்வி மனப்பழக்கம்-நித்தம்
நடையும் நடைப்பழக்கம் நட்புந் தயையும்
கொடையும் பிறவிக் குணம்

செந்தமிழை நாவினாலும் கல்வியை மனதினாலும் தொடர்ந்து பயிற்சி செய்வதனால் யாராலும் தேர்ச்சி அடைய முடியும் என்ற ஒளவையின் கருத்து, இன்றைக்கும் பொருத்தமானது. பிறப்பு, பால் அடிப்படையில் உடல்களைப் பேதப்படுத்தி ஒடுக்கிய தமிழகத்தில் கல்வியை எல்லோருக்கும் ஏற்றதாக மாற்றிய ஒளவையின் குரல், சநாதனத்திற்கு எதிராக வெளிப்பட்டுள்ளது. இறுக்கமாக நிலவும் சமூக மதிப்பீடுகளைப் பாடலின் வழியே விமர்சித்துள்ள ஒளவையின் குரல் தனித்துவமானது.

நாட்டுப்புற மரபில் ஒளவை வழிபாடு என்பது பெண்களிடையே இன்றளவும் தமிழகத்தில் நடைபெற்றுவருகிறது. தமிழ்ப் பண்பாட்டில் ஒளவை என்ற பெயர் காலந்தோறும் தொடர்ந்து வருவது அவருடைய பெயர் தொன்மமாகிவிட்டதைக் காட்டுகிறது. இடைக்கால ஒளவையின் பாடல்களை வாசிக்கும்போது, அவர் சங்கப் பாணர் மரபினராக இடம்

பெயர்ந்துகொண்டிருந்த நிலையை அறிய முடிகிறது. ஔவையின் கையிலிருந்த மூட்டையை என்னவென்று சோழன் கேட்டதற்குப் பதிலாக அவர் பாடிய பாடல் சுவாரசியமானது.

கூழைப் பலாத்தழைக்கப் பாடக் குறமகளும்
மூழக் குழக்குத் தினைதந்தாள்-சோழாகேள்
உப்புக்கும் பாடிப் புளிக்கு மொருகவிதை
ஒப்பிக்கு மென்ற நுளம்

குறவர் இனத்துப் பெண்ணின் வெட்டுப்பட்ட பலா மரம் தளிர்த்திட வேண்டி பாடல் பாடியதற்காக, அவள் ஒரு படி தினை தானியம் தந்தாள் எனச் சொல்லும் ஔவை எளிமையானவர். மேலும் அவர், உப்புக்காக ஒரு பாடல் பாடவும், புளிக்காக ஒரு கவிதை சொல்லவும் இயல்புடையது என் மனம் எனத் தன்னையே பகடி செய்து கொள்கிறார். கவிஞராக வாழும் வாழ்க்கையில் எதற்கெல்லாமோ பாடல் பாடி வாழவேண்டிய பொருளியல் நெருக்கடி பற்றிய பாடல் ஒப்பனை அற்றது. கவிதை என்பது உன்னதமானது என்ற புனைவைத் தகர்த்து உப்புக்கும் புளிக்கும் பாடல் பாடுகின்ற யதார்த்த நிலையை ஔவையைப் போல பாடியுள்ள புலவர் யாருமில்லை. புலவர்களைப் போற்றிடாத அன்றைய தமிழ்ச் சமூக நிலையைப் பாடல் வரிகள் புலப்படுத்தியுள்ளன.

கொடியது எதுவென வரிசைப்படுத்தி ஔவை பாடியுள்ள பாடல் வரிகள், சமூக விமர்சனமாக வெளிப்பட்டுள்ளன.

கொடிது கொடிது வறுமை கொடிது
அதனினுங் கொடிது இளமையில் வறுமை
அதனினுங் கொடிது ஆற்றொணாக் கொடுநோய்
அதனினுங் கொடிது அன்பிலாப் பெண்டிர்
அதனினுங் கொடிது
இன்புற வவர்கையி லுண்பதுதானே

கொடியவை பற்றிப் பட்டியலிடும் ஔவை, ஒன்றைவிட இன்னொன்று கொடியது என ஒப்பீட்டு நிலையில் விவரித்துள்ளார். வறுமை, இளமையில் வறுமை, தீராத நோய், அன்பிலாத பெண், அன்பற்ற பெண் தரும் உணவு போன்றவற்றைக் கொடியது என ஔவை குறிப்பிட்டுள்ளார். இளமையில் ஒரு குழந்தை உண்ண உணவின்றி பசியால் வாடுவது கொடுமை என ஔவை சொல்லியுள்ளது இன்றளவும் பொருத்தமானது. வறுமையுடனும் தீராத நோயுடனும் அன்பற்ற பெண்ணை ஒப்பிடுவது சரிதானா? எல்லாவற்றையும்விட, அன்பற்ற

பெண் தரும் உணவை உண்ணுதல் கொடியது என உச்சபட்சமாகக் குறிப்பிடுவது பற்றி யோசிக்க வேண்டியுள்ளது. அன்பற்ற ஆண் கொடியது என ஔவை ஏன் பாடவில்லை என்ற கேள்வி தோன்றுகிறது.

கி.பி.15-ஆம் நூற்றாண்டில், உத்தரநல்லூர் நங்கை என்னும் பெண் கவிஞர் பாடிய பாய்ச்சலூர்ப் பதிகம் என்னும் நங்கையர் பதிகம், சமூக விமர்சனமாக வெளிப்பட்டுள்ளது. உடைமைச் சமூகத்திற்கு ஆதரவான அன்றைய காலகட்டத்தில், நங்கை தனது படைப்பின் வழியே கலகக் காரியாக நிலவும் சமூக மதிப்பீடுகளைக் கேள்விக்குள்ளாக்கியுள்ளார்.

ஓதிய நூலும் பொய்யே உடலுயிர் தானும் பொய்யே
சாதியும் ஒன்றை யல்லால் சகலமும் வேற தாமோ
வேதியன் படைத்த தல்லால் விதியினை வெல்லல் ஆமோ
பாதியிற் பழியே சூழ்ந்த பாய்ச்சலூர்க் கிராமத் தாரே.

வைதிக சமயம் முன்னிறுத்தும் வேதம், ஆகமங்களுக்கெதிராக நங்கை பாடியுள்ள பாடல் வரிகள் அழுத்தமானவை. சாதியினால் பிளவுண்ட தமிழ்ச் சமூகத்தினைப் பிடித்துள்ள நோயினைக் கண்டனம் செய்துள்ள நங்கையின் பார்வை தொலைநோக்குடையது.

சந்தனம் அகிலும் வேம்பும் தனித்தனிக் கந்தம் நாறும்
அந்தணர் தீயில் வீழ்ந்தால் அவர்மணம் வீசக் காணோம்
செந்தலைப் புலையன் வீழ்ந்தால் தீமணம் வேற தாமோ
பந்தமும் தீயும் வேறோ பாய்ச்சலூர்க் கிராமத் தாரே.

பிறப்பின் அடிப்படையில் உடல்களுக்கு ஏற்றத்தாழ்வு கற்பிக்கும் சநாதன தருமம் குறித்து நங்கை போல கடுமையான விமர்சனம் தமிழில் யாரும் முன்வைக்கவில்லை. பிறப்பின் அடிப்படையில் புனிதம் கற்பிக்கப்படும் உடலும், இழிவு கற்பிக்கப்படும் உடலும் நெருப்பினில் வீழ்ந்தால் கெட்ட நாற்றம்தான் வீசும் என உடல் பற்றிய பிம்பங்களைச் சிதலமாக்கும் நங்கையின் குரல், அன்றைய காலகட்டத்தில் துணிச்சலானது. அவர் இன்னும் நிறைய பாடல்கள் பாடியிருந்திருக்க வேண்டும். இப்பொழுது கிடைப்பது ஒன்பது பதிகங்கள்தான். சாதியினால் பிளவுண்டிருக்கும் தமிழர்கள் குறித்து விவரிக்கப்பட்டுள்ள பதிகம் கவித்துவமாக உள்ளது.

ஒருபனை இரண்டு பாளை ஒன்று நுங்கு ஒன்று கள்ளூ
அறிவினில் அறிந்த வர்க்கே அதுவும் கள் இதுவும் கள்ளே
ஒருகுலை உயர்ந்த தேனோ ஒருகுலை தாழ்ந்த தேனோ
பறையனைப் பழிப்ப தேனோ பாய்ச்சலூர்க் கிராமத் தாரே.

ஒரு பனை மரத்தில் விளையும் நுங்குக்கும் கள்ளுக்கும் என்ன பேதம் எனக் குறிப்பிடும் நங்கை, இறுதியில் பறையனைப் பழிப்பது ஏனோ எனக் கேள்வியெழுப்புகிறார். வாசகரை விளித்து நேரடியான குரலில் பேசுவது போல பாடலைப் பாடியுள்ளவரின் குரலில் சித்தர் மரபின் தாக்கமுள்ளது. சாதி சம்பிரதாயம் என்ற பெயரில் மனித உடல்களை வதை செய்திட்ட வைதிக நெறிக்கு மாறாகப் பாடியுள்ள உத்தர நல்லூர் நங்கை, பிற்காலப் பெண் கவிஞர்களில் தனித்துவமானவர்.

திருக்கண்ணபுரம் தாசி என்ற பெண் எழுதியுள்ள பாடல் தனிப் பாடல் திரட்டில் இடம்பெற்றுள்ளது. பெண் ஒருத்தி முனையாதரையான் என்ற சிற்றரசனை நினைந்து தனது மன விழைவினைப் பாடியுள்ள பாடலில் காதல் கொப்பளிக்கிறது.

இன்றுவரி லென்னுயிரை நீ பெறுவை இற்றைக்கு
நின்று வரிலதுவும் நீயறிவை-வென்றி
முனையா கலவி முயங்கியவா றெல்லாம்
நினையாயோ நெஞ்சத்து நீ

பெண்ணின் காதல் வேட்கையைச் செய்யுள் வரிகள் சித்திரித்து உள்ளன. இன்று வந்தால் நீ என்னை உயிருடன் பார்க்கலாம். ஓரிரு நாட்கள் தாமதித்து வந்தால் அதனுடைய விளைவை நீ பார்ப்பாய். நம்மிருவருக்கிடையில் முன்னர் நிகழ்ந்த கலவியினை நெஞ்சத்தில் நினைக்க மாட்டாயா, வெற்றி உடைய முனையனே. துணைவனின் பிரிவு காரணமான வேதனையினால் அவதிப்படும் பெண்ணின் மனத்தடையற்ற குரலினைத் திருக்கண்ணபுரம் தாசியின் கவிதை வெளிப்படுத்தியுள்ளது. கலவியினால் உடலும் மனமும் அடைந்த மகிழ்ச்சியான தருணத்தினை நினைந்திடும் பெண்ணின் ஆதங்கம் கவிதையில் நுட்பமாகப் பதிவாகியுள்ளது.

தமிழகத்தில் சோழ பாண்டியப் பேரரசுகள் வீழ்ச்சியடைந்து, வேற்று மொழி பேசும் மன்னர்களின் அரசியல் ஆதிக்கம் மேலோங்கிய போது கவிதையின் பாடுபொருளும் வடிவமும் மாற்றமடைந்தன. பாளையக்காரர்களைப் போற்றிப் பாடும் மரபு தொடங்கியது. சிலேடை, யமகம், சித்திரக்கவி, அந்தாதி போன்ற சொல் விளையாட்டிற்குள் சிக்கிக்கொண்டு செய்யுள்கள் இயற்றுவதைப் புலமை எனப் போற்றும் பண்டிதர்கள் செல்வாக்குடன் விளங்கினர். கவிதை என்பதைத் தந்திர மானதாக மாற்றி, சமூக மேலாதிக்கம் பெற முயன்ற பண்டிதர்களிட மிருந்து பெண்கள் ஒதுங்கிவிட்டனர். தடியெடுத்தவன் எல்லாம் தண்டல்காரன் என்ற அரசியல் சூழல் நிலவியபோது, பண்பாட்டு

நிலையில் பெண்களின் நிலை இன்னும் ஒடுக்குதலுக்கு உள்ளாகியது. பெண், தனது இருப்பினைப் பால் நிலையில் அறிந்து, தனக்கான மனநிலையைக் கண்டறிவதற்கான தொடக்க முயற்சிகள்கூட நடைபெறவில்லை. ஆணின் துய்ப்பு நிலமாகப் பெண்ணுடல் முழுக்க மாற்றப்பட்ட சூழல் வலுவடைந்தபோது, பெண் கவிதைவெளி என்பது சாத்தியமற்றது. எனவேதான் இருபதாம் நூற்றாண்டின் தொடக்கக் காலத்திலும் பெண்கள் பெரிய அளவில் கவிதை எழுதவில்லை.

(தி இந்து சித்திரை மலர்,2015)

தமிழகத்தில் ஜைன சமயம்

தமிழக வரலாற்றின் பக்கங்களைப் புரட்டினால் சமய மேலாதிக்கமும் சாதிய ஒடுக்குமுறையும் தொடர்ந்து ஆளுகை செலுத்தி வருவதைக் கண்டறிய முடியும். இன்று சமயத்தை முன்னிறுத்தி அரசியல் அதிகாரத்தைக் கைப்பற்றி ஆதாயமடையத் துடிக்கும் கும்பலை எளிதில் ஒதுக்கிவிட முடியாது. மக்களிடையே சமய விரோதத்தைத் திட்டமிட்டு வளர்க்கும் மத அடிப்படைவாதிகளின் கை மேலோங்கிடும் சூழலில், சமயத்தின் இருப்பை மறுபரிசீலனைக்குட்படுத்த வேண்டிய தேவை ஏற்பட்டுள்ளது. தமிழகத்தைப் பொறுத்தவரையில் பன்னெடுங்காலமாக இந்து சமயம் மட்டும் செல்வாக்குப் பெற்றிருப்பதாகத் தொடர்ந்து ஊடகங்கள் மூலம் புனைவுகள் புனையப்படுகின்றன. ஆதாரமும் அடிப்படையற்ற இத்தகைய புனைவுகள் வரலாற்றைப் புரட்டும் பணியைச் செய்கின்றன. பண்டைக் காலத்தில் தமிழகமெங்கும் ஜைன, பௌத்த சமயங்கள் பெரிய அளவில் பரவியிருந்தன என்ற தகவல் வியப்பைத் தருகிறது. வைதிக சநாதன சமயத்தினால் பல்வேறு தந்திரங்கள், சதிகள் மூலம் ஜைன சமயம் விரட்டப்பட்டாலும், இன்றளவும் அச்சமயத்தின் தடங்கள் தமிழகத்தில் பரவிக் கிடக்கின்றன. தமிழகத்தில் பண்டைக் காலத்தில் வாழ்ந்துவந்த ஜைன சமயப் பிரிவினர், திகம்பரர் எனப்படும் பிரிவினர் ஆவார். இப்பிரிவினைச் சார்ந்த துறவியர் தமிழகமெங்கும் நிர்வாணமாகத் திரிந்து ஜைன சமயத்தைப் பரப்பினர்.

தமிழர்களுக்கும் ஜைன சமயத்திற்குமான தொடர்பினை மூன்று பெரும் பிரிவுகளாகப் பிரிக்கலாம். அவை பின்வருமாறு:

- ஜைன சமய நுழைவு
- ஜைன சமயம் நசுக்கப்படல்
- ஜைன சமயப் பதிவுகள்

ஜைன சமய நுழைவு: தமிழகத்திற்கும் ஜைன சமயத்திற்குமான தொடர்பு, கி.மு. 3-ஆம் நூற்றாண்டிற்கு முன்னரே தொடங்குகிறது. மகாபாரதக் காலத்திலே அதாவது, கண்ணபிரானுடைய காலத்திலே ஜைனர்கள் தமிழ்நாட்டிற்கு வந்திருக்க வேண்டும். இருபத்திரண்டாவது தீர்த்தங்கரராகிய நேமிநாதசுவாமி, கண்ணபிரானுடைய நெருங்கிய உறவினர் என்றும், எதிர்காலத்தில் கண்ணபிரான் ஜைனத் தீர்த்தங்கரராகப்

பிறந்து ஜைன சமயத்தை நிலைநிறுத்தப் போகின்றார் என்று ஜைன சமய நூல்கள் கூறுகின்றன.

கண்ணபிரானிடத்தில் அகத்தியர் சென்று, அவர் இனத்தவராகிய பதினெண்குடி வேளிரையும் அருவாளரையும் தமிழகத்துக்கு அழைத்துக் குடியேற்றினர் என்று தொல்காப்பிய உரையாசிரியர் நச்சினார்க்கினியர் குறிப்பிடுகிறார். அகத்தியர் தென்னாடு போகின்றவர், "துவாராபதிப் போந்து நலங்கடந்த நெடுமுடியண்ணல் வழிக்கண் பதினெண்குடி வேளிரையும் அருவாளரையும் கொண்டு போந்து, காடுகொடுத்து நாடாக்கிக் குடியேற்றினார்" என்று கூறுகிறார் (தொல்காப்பியம் : எழுத்ததிகாரம் : பாயிரம் உரை).

அகத்தியருடன் வந்த அருவாளர்கள் ஜைனர்கள் ஆவர். அவர்கள், தொண்டை நாட்டில் குடியேறினர். அதற்குப் பின்னர் தொண்டை நாடு, அருவா நாடு (அருவாளர் நாடு) என்று அழைக்கப்பட்டது.

கி.மு. 3-ஆம் நூற்றாண்டில், பத்திரபாகு முனிவரின் சீடராகிய வைசாக முனிவரால் தமிழ்நாட்டில் ஜைன சமயம் பரவலாயிற்று என்று மயிலை சீனி வேங்கடசாமி குறிப்பிடுகின்றார். மதுரை மாவட்டத்தில் காணப்படுகிற பிராமிக் கல்வெட்டுகள் ஜைனரால் எழுதப்பட்டவை யென்றும் அவை 3-ஆம் நூற்றாண்டில் எழுதப்பட்டவையென்றும் தமிழ்நாடு தொல்லியல் துறையினர் குறிப்பிடுவது இங்கு ஒப்புநோக்கத்தக்கது.

சங்க காலத் தமிழகத்தில் பிறப்பின் அடிப்படையில் மனிதர்களைச் சாதிரிதியில் பிரித்து, உயர்வு தாழ்வு போற்றும் வழக்கம் இல்லை. இனக்குழு மக்களாக வாழ்ந்த தமிழர்களைப் பல்வேறு குறுநில மன்னர்கள் ஆண்டு வந்தனர். குலக்குறி வழிபாடு, மர வழிபாடு, முன்னோர் வழிபாடு, வளமைச் சடங்கு போன்ற புராதன வழிபாட்டு முறைகளும் கொற்றவை, முருகன், சிவன், திருமால் போன்ற தெய்வங்களை வணங்குதலும் அன்று வழக்கிலிருந்தன. பொதுவாக சாதிபேதம் பாராட்டாத பண்டைத் தமிழரிடம் ஜைன சமயக் கருத்துகள் பரவலாயின. மேலும் ஜைனர்கள் உணவு, அடைக்கலம், மருந்து, கல்வி ஆகிய நான்கு தானங்களைச் செய்வதைப் பெரிய அறமாகக் கொண்டிருந்தனர். ஜைனத் துறவியர் மடம் அமைத்து, மக்களுக்கு இலவசமாக மருந்து கொடுத்தனர். அச்சம் கொண்டு அடைக்கலம் என்று தஞ்சமடைந்தவரைப் பாதுகாப்பது அபயதானம் எனப்பட்டது. இத்தகைய இடங்கள் ஜைனர் கோயில்களை அடுத்திருந்தன. அவை, 'அஞ்சினான் புகலிடம்' என அழைக்கப்பட்டன. புகலிடங்களைப பற்றிய செய்திகளைக் கல்வெட்டுகள் மூலம் அறியலாம்.

பண்டைத் தமிழகத்தில் வைதிக சநாதன சமயத்தினர் கல்வி கற்றலைப் பார்ப்பனர்களுக்கும் உயர்சாதியினருக்கும் மட்டும் உரிமையாக்கி இருந்தனர். அடித்தட்டு விளிம்புநிலை மனிதர்களுக்குக் கல்வி மறுக்கப்பட்டிருந்தது. இந்நிலையில் ஜைன சமயப் பெரியோர்கள், மடங்களாகிய ஜைனப் பள்ளிகளில் சிறுவர்களுக்கு இலவசமாகக் கல்வியைப் போதித்தனர். இதனால்தான் இன்றளவும் பாடசாலையானது ஜைனமடம் என்ற பொருளில் அமைந்த பள்ளி என்ற சொல்லால் அழைக்கப்படுகிறது.

ஜைன சமயம் தமிழகத்தில் விரைவாகப் பரவியமைக்கு இன்னொரு முக்கியக் காரணம், அவர்கள் தமிழ் மொழி வாயிலாகவே ஜைன சமயக் கருத்துகளைப் பரப்பினர். ஜைன சமயக் கருத்தினை விளக்கிடத் தமிழில் பல நூல்களையும் எழுதினர். அதே காலகட்டத்தில் வைதிக சநாதன சமயத்தினரான பார்ப்பனர்கள் வடமொழியில் நூல்களை எழுதியதோடு, அவற்றைப் பிறர் படிப்பதையோ, கேட்பதையோ தண்டனைக்குரிய குற்றமாக அறிவித்திருந்தனர். எனவேதான் ஜைன சமயம் மக்களிடம் ஆழமாகப் பரவியது. தமிழ்மொழிக்கு வரிவடிவம் தந்தது ஜைனத் துறவியர்கள் என்று ஆய்வாளர்கள் கருதுவது ஆய்விற்குரியது.

தமிழின் தொன்மையான இலக்கண நூலான தொல்காப்பியம் கி.மு. 2-ஆம் நூற்றாண்டைச் சார்ந்தது. தமிழ்மொழியின் இலக்கணத்தை அறிவியல்ரிதியில் விளக்கும் தொல்காப்பியர், ஜைன சமயத்தவர் ஆவார். தொல்காப்பியத்திலுள்ள பொருளதிகாரத்தில் இடம்பெற்றுள்ள மரபியலில் விளக்கப்படும் அறுவகை உயிர்கள் விளக்கமும் ஜைன சமயத்தினர் குறிப்பிடும் அறுவகை உயிர்களும் ஒன்றாக உள்ளன.

"ஒன்றறி வதுவே யுற்றறி வதுவே
இரண்டறி வதுவே யதனொடு நாவே
மூன்றறி வதுவே யவற்றொடு மூக்கே
நான்கறி வதுவே யவற்றொடு கண்ணே
ஐந்தறி வதுவே யவற்றொடு செவியே
ஆறறி வதுவே யவற்றொடு மனனே
நேரிதி னுணர்ந்தோர் நெறிப்படுத் தினரே"

(தொல். பொருள் மரபியல், நூற்பா எண் : 27)

தொல்காப்பியரின் சூத்திரத்திற்கு உரை எழுதிய இளம்பூரணர் என்ற ஜைன சமய உரையாசிரியர், ஜைன சமயக் கருத்துகளை நுட்பமாக விளக்கியுள்ளார். இடைக்கால இலக்கண நூலான நன்னூல்

எழுதிய பவணந்தி முனிவரும் ஜைன சமயத்தின் உட்பிரிவான நந்தி கணத்தைச் சார்ந்தவர். தமிழ் மொழிக்கு இலக்கணம் வகுப்பதில் ஜைனர்கள் ஆற்றிய பங்கு முக்கியமானதாகும்.

சங்க இலக்கியத்தில் இடம்பெறும் கண்ணபிரான், பலராமன் வழிபாடு போன்றன ஜைன சமயம், சங்க காலத்திலேயே வேரூன்றியதைத் தெரிவிக்கின்றன. வடக்கு திசை நோக்கி அமர்ந்து உண்ணாநோன்பிருந்து உயிரை விடும் வடக்கிருத்தல் எனப்படும் ஸல்லேகனை ஜைன சமயக் கொள்கை ஆகும். அது சங்க காலத்தில் தமிழகத்தில் வழக்கிலிருந்தது.

போரில் சேரமான் பெருஞ்சேரலாதன் முதுகில் புண்பட்டதால் வடக்கிருந்து உயிர் விட்டான் (புறநானூறு: 65-66). உறையூரை ஆண்ட கோப்பெருஞ்சோழன், தன் மக்கள் அரசுரிமைக்காகக் கலகஞ்செய்ததைக் கண்டு வடக்கிருந்து உயிர் விட்டான். அவனது நண்பர்களான பிசிராந்தையார் என்ற புலவரும் பொத்தியார் என்பவரும் வடக்கிருந்து இறந்தனர். (புறநானூறு : 212-223)

சங்கப் புலவராகிய கபிலர், தனது நண்பராகிய பாரி மன்னன் இறந்தவுடன் வடக்கிருந்து உயிர் துறந்தார்.

சிலப்பதிகாரக் காப்பியம், நீர்ப்படைக் காதையில் கோவலன் கொலையுண்டு மதுரை நகரம் எரியுண்டதும் ஜைன சமயப் பெண் துறவியான கவுந்தியடிகள் மிகவும் வருந்தமடைந்து உண்ணா நோன்பிருந்து உயிரைத் துறந்ததாகத் தகவல் உள்ளது.

இத்தகைய செய்திகள் சங்ககாலத்தில் ஜைன சமயத்தின் ஆளுமையைக் காட்டுகின்றன.

பண்டைத் தமிழ் நூல்களான திரிகடுகம், ஏலாதி, சிறுபஞ்சமூலம், நாலடியார், பழமொழி போன்றனவும் சீவகசிந்தாமணி, சூளாமணி, நீலகேசி, உதயணகுமார காவியம், யசோதர காவியம், பெருங்கதை, வளையாபதி போன்ற காப்பியங்களும், திருக்கலம்பகம், திருநூற்றந்தாதி, அஞ்சனகேசி, பிங்கலகேசி, யாப்பருங்கலக்காரிகை, சூடாமணி நிகண்டு போன்ற பல நூல்களும் ஜைன சமயத்தினரால் எழுதப்பட்டவையாகும். தமிழில் தொடர்ந்து இலக்கிய, இலக்கண நூல்களை எழுதி தமிழுக்கு வளம் சேர்ந்தவர்கள் ஜைனர்கள் ஆவர்.

தமிழ் மறை என்று போற்றப்படும் 'திருக்குறள்' தமிழின் அடையாளமாகப் போற்றப்படுகிறது. திருக்குறள் நூலை எழுதிய திருவள்ளுவர் ஜைன சமயத்தவர் என்பதற்கு வலுவாக சான்றுகள் உள்ளன. திருக்குறள் கடவுள் வாழ்த்தில் குறிக்கப்படும் ஆதிபகவன் எனப்படுகிறவர் ரிஷபநாதர் எனப்படும் ஜைன சமயத்தின் முதல்

தீர்த்தங்கரர் என்று மயிலை சீனி வேங்கடசாமி குறிப்பிடுகிறார். பொறிவாயில் ஐந்தறிவித்தவன், மலர்மிசை ஏகினான், அறவாழி அந்தணன் போன்ற சொற்கள், ஜைனர்களுக்கிடையே அருகக் கடவுளையே குறிக்கின்றன. திருக்குறளில் வலியுறுத்தப்படும் விதி, ஊழ்வினை போன்ற கருத்தியல்கள் ஜைன சமயத்தின் முதன்மைக் கொள்கைகளாகும். நீலகேசி என்னும் ஜைனக் காப்பிய நூலில் மொக்கவாதச் சருக்கத்தில் 60-ஆம் செய்யுள் உரையில், சமய திவாகரவாமன முனிவர் என்னும் ஜைனர்.

> “பொய்மையும் வாய்மையிடத்த புரைதீர்த்த
> நன்மை பயக்கு மெனின்”

என்ற திருக்குறளைக் குறிப்பிட்டு அது எம் ஒத்து (வேதம்) என்கிறார். திருவள்ளுவர் ஜைன சமயக் கருத்தினராக இருப்பதற்கான வாய்ப்புகள் அதிகமாக உள்ளன.

ஜைனர்கள் எழுதிய பண்டைத் தமிழ் நூல்களில் ஜைன சமயக் கருத்துகள் அழுத்தமாக வெளிப்படுகின்றன. பக்தி இயக்கக் கால கட்டத்திலும் தமிழகத்தில் ஜைன சமயம் மக்களிடையே செல்வாக்குடன் விளங்கியது.

பாண்டிய நாட்டில் ஜைன சமயம் நன்கு பரவியிருந்ததைப் பெரிய புராணம் பின்வருமாறு குறிப்பிடுகிறது.

> “பரிமயிர்த் தலையும் பாயும் பீலியும் தடுக்கும் மேனிச்
> செறிமுக் குடையும் ஆகித் திரிபவர் எங்கும் ஆகி
> அறியும் அச்சமயநூலின் அளவினில் அடங்கிச் சைவ
> நெறியினில் சித்தம் செல்லா நிலைமையில் நிகழுங்காலை”

தமிழகத்தில் ஜைன சமயம் பரவியமைக்கு இன்னொரு காரணமும் உண்டு. ஜைன சமயம் உழவுத் தொழிலையும் வணிகத்தையும் போற்றியது. வைதிக சநாதன சமயம் உழவுத் தொழிலை இழிவாகக் கருதியது. இந்நிலையில், உழவுத் தொழிலை முதன்மையாகக்கொண்ட தமிழகத்தில் ஜைன சமயம் ஆழமாக வேரூன்றியதில் வியப்பில்லை.

ஜைன சமய வீழ்ச்சி: கி.பி. 7-ஆம் நூற்றாண்டு வரையிலும் ஜைன சமயம் மன்னர்கள், வணிகர்கள், உழவர்களிடையே நன்கு பரவியிருந்தது. வைதிக சநாதன சமயமானது, தமிழர்களிடையே வழக்கிலிருந்த புராதன சமயத்துடன் சமரசம் செய்துகொண்டு ஜைன சமயத்தை வீழ்த்த முயன்றது.

தமிழரின் புராதனத் தெய்வங்கள், வைதிக சநாதன சமயத்தினரால் உறவு கற்பித்து ஏற்றுக்கொள்ளப்பட்டதுடன், புதிய ஐதீகங்களும் உருவாக்கப்பட்டன. அதற்கான கட்டுக்கதைகளும் மக்களிடையே பரப்பப் பட்டன. தமிழரின் குறிஞ்சிக் கடவுளான முருகன், சுப்பிரமணியனாக்கப் பட்டதுடன் ஏற்கெனவே குறக்குலத்து வள்ளியை மனைவியாகக்கொண்ட முருகனுக்குத் தெய்வானை என்ற வைதிகப் பார்ப்பனப் பெண் மணம் முடித்து வைக்கப்பட்டாள். ‘சிசனத்தேவர்’ என்று இழிவாகக் கருதப் பட்ட சிவனை ஏற்றுக்கொண்டு அவருக்கு கொற்றவையைப் பார்வதி என்ற பெயரில் மனைவியாக்கினர். இவை போன்ற புராணப் புனைவுகளும் ஐதீகங்களும் தொடர்ந்து கற்பிக்கப்பட்டு, தமிழரின் சமய வாழ்க்கையில் வைதிக சநாதன சமயம் மெல்ல நுழைந்தது. ஜைன சமயத்தில் வீடு பேறடைய துறவியாகக் கடும் நெறியில் ஒழுகிட வேண்டும். பெண்களுக்கு இப்பிறவியில் வீடு பேறு கிடையாது. துறவு நெறி வலியுறுத்தப்பட்டது. ஆனால், பக்தி இயக்கத்தில் ஆணும் பெண்ணும் இணைந்து வீடுபேறு அடையலாம் என்பது முன்னிறுத்தப்பட்டது. சமயப் பூசல்கள் வலுவடைந்த நிலையில் ஜைன சமயமானது கருத்தியல்ரிதியில் வீழ்ச்சியடையத் தொடங்கியது.

இன்னொரு நிலையில் அதிகாரத்தின் அழுத்தமும் வன்முறையும் ஜைன சமயம் நசுக்கப்பட்டமைக்கான அடிப்படைக் காரணங்களாக உள்ளன. ஜைனர்களைக் கழுவேற்றுதல், யானைகளால் மிதிப்பித்தல், வீட்டைத் தீயிட்டுக் கொளுத்துதல், ஊரைவிட்டுத் துரத்துதல், நிலபுலன்களைக் கவர்தல் முதலிய கொடுமைகளும் கலகங்களும் தொடர்ந்து வைதிக சநாதன சமயத்தவரால் செய்யப்பட்டன. அரசு ஆதரவின் கீழ் வைதிக சநாதன சமயம், சமணர்களைக் கொன்றொழித்தது. “போம் பழியெல்லாம் அமணர் தலை யோட” என்னும் பழமொழியை விளக்க திருவாய்மொழி விளக்க உரைகாரரர் எழுதும் கதை, ஜைனர்களின் கையறுநிலையை விளக்குவதாக உள்ளது.

தொண்டரடிப்பொடி ஆழ்வார் எனப்படும் வைணவரின் பாடல், அக்காலத்தில் ஜைனர்மீது வைணவ சமயத்தவர் கொண்டிருந்த வெறுப்பைக் காட்டுகிறது. அப்பாடல் பின்வருமாறு:

> **“வெறுப்பொடு சமணர் முண்டர் விதியில் சாக்கியர்கள் நின்பால்**
> **பொறுப்பரி யனகள்பேசில் போவதே நோயதாகி**
> **குறிப்பெனக் கடையுமாகில் கூடுமேல் தலையை ஆங்கே**
> **அறுப்பதே கருமங் கண்டாய் அரங்கமா நகருளானே!”**

திருஞானசம்பந்தர் மதுரையில் எண்ணாயிரம் ஜைனர்களைக் கழுவேற்றினார் என்பதைச் சைவ சமய நூல்களான பெரியபுராணம், திருவிளையாடற்புராணம், தக்கயாகப் பரணி போன்றன பெருமையாகக் குறிப்பிடுகின்றன. மதுரை மீனாட்சியம்மன் கோயிலில் ஐந்தாம் நாள் விழாவாக ஜைனர்களைக் கழுவேற்றும் நிகழ்ச்சி இன்றும் கொண்டாடப்பட்டு வருகிறது.

காஞ்சிபுரத்துக்கு அருகிலுள்ள திருவோத்தூரில் சைவர் வளர்த்த ஆண் பனையைத் திருஞானசம்பந்தர் பதிகம் பாடி பெண் பனை மரமாக்கினார் என்றும், அதனால் ஜைனர்கள் ஊரைவிட்டு ஓடி விட்டனர் என்றும் பெரிய புராணம் கூறுகிறது. இதுபோன்ற நடை முறை வாழ்க்கைக்கு ஒவ்வாத கட்டுக்கதைகளை ஐதீகமாக்கி மக்களிடையே பரப்பியதன் மூலமாகவும் ஜைன சமயம் தமிழகத்தில் வீழ்ச்சியடைந்தது.

ஜைன சமயப் பதிவுகள்: சமய வரலாறு என்பது குருதியில் தோய்ந்தது என்பதற்கு ஜைன சமய வரலாறும் விதிவிலக்கு அல்ல. தவத்தினாலும் அறநெறியில் வாழ்வதன் மூலமாகவும் மனிதனே இறைநிலைக்கு உயர முடியுமென்று போதித்த ஜைன சமயம் வீழ்த்தப் பட்டாலும் இன்றளவும் தமிழகமெங்கும் ஜைனப் பதிவுகள் காணப் படுகின்றன.

ஜைனக் கோயில்கள், தீர்த்தங்கரர்களின் உருவச் சிலைகள், கற்படுக்கைகள், குகைகள், இலக்கிய இலக்கண நூல்கள், கல்வெட்டுகள் போன்றவற்றின் மூலமாக ஜைன சமய எச்சங்களை இன்றும் காணலாம். அவை, கடந்த காலத் தமிழர்களின் சமய வரலாற்றின் அழுத்தமான பதிவுகளாக விளங்குகின்றன. இவைதவிர தமிழகத்தில் ஜைன சமய மடமும், தமிழைத் தாய்மொழியாகக்கொண்ட ஜைனர்கள் வாழ்கின்றனர் என்பதும் முக்கியமான தகவல்கள். ஜைனர்களின் பழக்கவழக்கங்கள், நம்பிக்கைகள், திருவிழாக்கள், இன்றைய இந்து சமயத்தில் வெவ்வேறு நிலைகளில் ஆழமாக ஊடுருவியுள்ளன.

புலால் உண்ணாமை : ஆரியப் பார்ப்பனர், ரிஷிகளுக்கு விருந்திடும் போது கன்றுக்குட்டி, மான், உடும்பு போன்ற விலங்குகளின் இறைச்சியைச் சமைத்து வழங்கினர். பண்டைத் தமிழரும் விலங்குகளை வேட்டையாடி உண்டனர். ஜைனர்களின் புலால் உண்ணாமைக் கொள்கையின் தாக்கம் காரணமாகவே வைதிக சநாதன சமயப் பார்ப்பனரும் சைவரும் புலால் உண்ணாமையைப் பின்பற்றினர்.

தீபாவளி: இன்று, இந்து சமயத்தினரின் முக்கியமான விழாவான 'தீபாவளி' ஜைனர்கள் கொண்டாடிய விழாவின் நகலாகும். ஜைன தீர்த்தங்கரரான மகாவீரர், இரவு முழுவதும் மக்களுக்கு அறிவுரை வழங்கி, அதிகாலையில் வீடுபேறு அடைந்தார். அந்நாளை விளக்கு ஏற்றித் தீபாவளித் திருநாளாக ஜைனர்கள் கொண்டாடிவந்தனர். அதனைக் கண்ட வைதிக இந்து சமயத்தினர் திருமால், நரகாசுரனைக் கொன்ற நாள் என புதிதாகப் புனைந்து தீபாவளி நாளைக் கொண்டாடினர்.

சரஸ்வதி பூஜை: ஜைனத் துறவியர் ஓலைச்சுவடிகளை மடங்களில் சேர்த்து வைத்திருந்தனர். இத்தகைய நூலகமானது, 'ஞான பண்டாரம்' எனப்பட்டது. செல்வ வசதி படைத்த ஜைனர்கள், ஜைன சமய நூலைப் பிரதியெடுத்து அவற்றைத் தானமாக வழங்கினர். ஜைன சமயச் சுவடிகளைச் சுத்தப்படுத்தி ஒழுங்குபடுத்திடவும், அவை பற்றிய தகவல் களை மக்களிடையே பரப்பி விழிப்புணர்வைத் தோற்றுவிப்பதற்காக ஏற்படுத்தப்பட்ட 'ஞானபூரண விழா' பின்னர் 'சரஸ்வதி பூஜை'யாக வைதிக இந்து சமயத்தவரால் மாற்றப்பட்டது.

பெரியபுராணம்: ஜைன சமய நூலான, "திரி ஸஷ்டி ஸலாகா புருஷர் ஸரித்திரம் என்ற நூல், 63 ஜைனப் பெரியோர்களைப் பற்றி குறிப்பிடுகிறது. தீர்த்தங்கரர் இருபத்து நால்வர், மன்னர்கள் பன்னிருவர், பலதேவர் ஒன்பதின்மர், வாசுதேவர் ஒன்பதின்மர், பிரதிவாசுதேவன் ஒன்பதின்மர் ஆக அறுபத்துமூவரின் வரலாற்றைக் குறிப்பிடும் மேற்படி நூல், 'ஸ்ரீ புராணம்' என்று அழைக்கப்படுகிறது. ஜைனர்களின் சமய நூலைக் கண்ட சைவர்களும் 63 நாயன்மார்களின் வாழ்க்கைக்கு முக்கியத்துவம் தந்து 'பெரிய புராணம்' என்ற சமய நூலை எழுதியுள்ளார். பெரிய புராணத்திற்கு முன்னர், 'ஸ்ரீ புராணம்' என்ற பெயர் வழக்கிலிருந்தது என்பது ஒப்பு நோக்கத்தக்கது. ஏற்கெனவே மக்களிடையே செல்வாக்குப் பெற்றிருந்த ஜைன சமய நூலைக் கருத்தியல்ரிதியில் வீழ்த்திட எழுதப்பட்டதுதான் 'பெரிய புராணம்'.

இவைதவிர, சைவ சமயத்தில் முக்கியமாகக் கருதப்படும் "சிவராத்திரி, திருக்கயிலாயமலை, சடைமுடி, எருது, நந்தி, காலனைக் கடந்தது, காமனைக் காய்ந்தது, சித்தாந்தம், சித்தர் வணக்கம், வினைக் கோட்பாடு" போன்றன ஜைன சமயத்தின் தாக்கத்தினால் உருவாக்கப் பட்டுள்ளன என்ற கருத்து மயிலையாரினால் முன்வைக்கப்படுகிறது. நுணுகி ஆராய்ந்திடும்போது, மயிலையாரின் கருத்து ஏற்புடையதாக உள்ளது.

ஜைன சமயச் சின்னங்கள்: கால வெள்ளத்தினாலும் திட்டமிட்ட சதிகளினாலும் ஜைன சமயச் சின்னங்கள் அழிந்துபட்டாலும் இன்றும் தமிழகமெங்கும் ஜைனர்கள் வாழ்ந்தமைக்கான ஆதாரங்கள் பரவலாகக் காணப்படுகின்றன.

செங்கற்பட்டு மாவட்டம் ஆநந்தமங்கலம் என்ற ஊரில் கற்பாறையில் ஜைனத் திருவுருவங்கள் உள்ளன. திருப்பருத்திக்குன்றம் என்ற ஊரில், கோயில் கொண்டுள்ள அருகக் கடவுளுக்கு திரைலோத்திய நாதர் என்ற பெயர் உண்டு. மாகறல் என்ற ஊரிலுள்ள ரிஷபதேவர் கோயிலில் ஜைன உருவங்கள் உள்ளன.

வட ஆற்காடு மாவட்டத்தில் நம்பாக்கம், காவனூர், குகை நல்லூர், பெருங்கச்சி, சேவூர், திருமலை, திருவோத்தூர், புனதாகை, திருப்பனம்பூர், வள்ளிமலை, பஞ்சபாண்டவ மலை, பொன்னூர், திறக்கோல், வெண்குன்றம், தெள்ளாறு இன்னும் பல ஊர்களில் ஜைனர்கள் வாழ்ந்தமைக்கான வரலாற்றுச் சின்னங்கள் உள்ளன.

மதுரை, திருநெல்வேலி, இராமநாதபுரம், திருச்சி, தென் ஆற்காடு, குமரி, நெல்லை, கோவை, சேலம் ஆகிய மாவட்டங்களில் நூற்றுக்கணக்கான ஜைனச் சின்னங்கள் காணப்படுகின்றன. ஜைனர்கள் பற்றிய கல்வெட்டுகளும் நூற்றுக்கணக்கில் உள்ளன. அவை குறித்து விளக்கினால் பல்கிப் பெருகும். எனவே, வடஆற்காடு, செங்கற்பட்டு மாவட்டத்தில் உள்ள ஜைனர்கள் பற்றிய தகவல்கள் சிறிய குறிப்புகளாக அறிமுகநிலையில் இங்கு தரப்பட்டுள்ளன.

ஜைனர்களின் தற்போதைய நிலை: சமயப் போராட்டம் காரணமாக ஜைன சமயம் அழித்தொழிக்கப்பட்டாலும் இன்றும் வட ஆற்காடு மாவட்டத்தில் தமிழைத் தாய்மொழியாகக் கொண்ட ஜைனர்கள் அதிக அளவில் உள்ளனர். அவர்கள் பற்றிய முழுமையான எண்ணிக்கையை அறிய இயலவில்லை.

கி.பி.1841ஆம் ஆண்டு அச்சிடப்பட்ட வேத அகராதி என்னும் நூலில் சேர்க்கப்பட்டுள்ள சாஸ்திரம், அய்யர் என்னும் ஜைனர் எழுதிய 'ஜைன சமய சித்தாந்தம்' என்ற கட்டுரையில் ஜைனர்கள் வாழும் நூற்றுக்கணக்கான கிராமங்கள் பற்றிய தகவல்கள் உள்ளன.

ஜைனர்கள் தற்சமயம் ஆற்காடு, போளூர், வந்தவாசி வட்டங்களில் அதிகமாக வாழ்ந்துவருகின்றனர்.

ஜைனர்கள் நயினார், உடையார், முதலியார், செட்டியார், ராவ், தாஸ் போன்ற பட்டப் பெயர்களைச் சூட்டிக்கொள்கின்றனர்.

நெற்றியில் நீண்ட கோடாகச் சந்தனம் அணிகின்றனர். இறைச்சி உணவு உண்பதில்லை. இரவில் உணவு உண்பதில்லை. பார்ப்பனரைவிட உயர்வாகத் தம்மைக் கருதுகின்றனர்.

ஜைனர்கள் வணிகர்களாகவும், அரசு அலுவலர்களாகவும், உழவர்களாகவும் வாழ்ந்து வருகின்றனர்.

தமிழ்நாட்டு ஜைனர், வட மாநிலத்து ஜைனர் போல பெருஞ் செல்வம் உடையவர் அல்லர். சிலர் வறுமையால் வாடுகின்றனர். தற்சமயம், சிலர் இந்து சமயத்தவராக மாறி வருகின்றனர்.

ஜைன சமய மடம்: முன்னர், தமிழகத்தில் கடலூர் (பாடலிபுரம்) காஞ்சிபுரம் (ஜினகாஞ்சி) ஆகிய இடங்களில் ஜைனர்களின் மடங்கள் இருந்தன. இன்று தென்னாற்காடு மாவட்டம், திண்டிவனம் வட்டத்திலுள்ள சித்தாமூரில் ஜைன சமய மடம் உள்ளது. சித்தாமூர், வீரனாமூர், விழுக்கம், பெருமாண்டூர், ஆலக்கிராமம், வேலூர், தாயனூர் முதலிய ஊர்களில் வாழும் ஜைனர்கள் சேர்ந்து சித்தாமூர் ஜைனமடத்துத் தலைவரைத் தேர்ந்தெடுக்கின்றனர். இந்த மடத்துத் தலைவருடைய பெயர் "டெல்லி கொல்லாபுர ஜினகாஞ்சி பெனுகொண்டா சதுர்சித்த சிம்மாசனாதீஸ்வர ஸ்ரீமத் அபிநவலஷ்மி சேனபட்டாரக பட்டாசாரியவர்ய சுவாமிகள்."

காலவெள்ளம் கழிந்தோடுகிறது என்றாலும் வரலாற்றின் பக்கங்களில் பதித்துள்ள தடங்கள் அழுத்தமானவை. தமிழரின் சமய வாழ்க்கையின் முரண்களைப் புரிந்துகொள்ள 'ஜைன சமயம்' பற்றிய சித்திரம் உதவுகிறது. வைதிக சநாதன சமயம், அரசியல்ரீதியில் ஒற்றைத் தன்மையை வலியுறுத்தி அதிகாரம் செலுத்த முயலும்வேளையில், சமயம் பற்றிய பன்முகப் பார்வையே இன்றைய உடனடித் தேவையாக உள்ளது.

•••